INSIGHT PUBLICA®

INSIGHT PUBLICA®
Nadakkavu, Kozhikode, Kerala
www.insightpublica.com
e-mail: insightpublica@gmail.com
Kadalazhangal
(Malayalam Novel)
V.M. Shanmughadas
First Edition: December 2021

ISBN 978-93-90535-60-6
Printed and Published by
Insightinpublica Printers & Publishers Pvt. Ltd.

കടലാഴങ്ങൾ...

വി.എം. ഷൺമുഖദാസ്

INSIGHT PUBLICA®

പാലക്കാട് ചിറ്റൂർ പെരുമാട്ടിയിൽ പരേതനായ മായാണ്ടിയുടെയും ദൈവാനയുടേയുടെയും മകനായി 1964 ഫെബ്രുവരിയിൽ ജനനം. വണ്ടിത്താവളം കെ. കെ. എം. ഹൈസ്കൂളിലും, ചിറ്റൂർ കോളേജിലുമായി പഠനം. കഴിഞ്ഞ 33 വർഷമായി പത്രപ്രവർത്തനവുമായി മുന്നോട്ടുപോകുന്നു. ദീപിക, മാധ്യമം ദിനപത്രത്തിലും പത്രപ്രവർത്തകനായിരുന്നു. ഇപ്പോൾ സുപ്രഭാതം ദിനപത്രത്തിൽ സീനിയർ റിപ്പോർട്ടറായി പാലക്കാട് ജോലിചെയ്യുന്നു. രണ്ടു തവണ ഏറ്റവും നല്ല പ്രാദേശിക പത്രപ്രവർത്തകനുള്ള ഇ.എ.വഹാബ്അവാർഡ് നേടിയിട്ടുണ്ട്. പോണ്ടിച്ചേരി ആരണ്യ ഏർപ്പെടുത്തിയ മികച്ച ഹരിത പത്രപ്രവർത്തകനുള്ള അവാർഡും ലഭിച്ചിട്ടുണ്ട്. മാതൃഭൂമി, മംഗളം, മാധ്യമം, കന്യക, തുടങ്ങിയ വാരികകളിലും, വാരാന്തപ്പതിപ്പുകളിലുമായി 200 ഫീച്ചറുകളും, കവിതകളും, കഥകളും പ്രസിദ്ധീകരിച്ചിട്ടുണ്ട്. മുംബൈ മലയാളി അസോസിയേഷൻ ഏർപ്പെടുത്തിയ യുവസാഹിത്യപ്രതിഭ നോവൽ അവാർഡ് അപരിചിതരുടെ താവളം എന്ന നോവലിന് ലഭിച്ചു.

ഭാര്യ: അംബിക. എസ്
മകൻ: ഷബിൻകുമാർ. എം.എസ്. കാനഡയിൽ ജോലിചെയ്യുന്നു
മരുമകൾ: മിഞ്ചുഷബിൻ.

കടലാഴങ്ങൾ ആദ്യമായി പ്രസിദ്ധീകരിക്കുന്ന നോവലാണ്.

email: vmsdas2020@gmail.com
Mob: 9744443039.

വി.എം. ഷൺമുഖദാസ്

ആമുഖം

ഒറ്റപ്പെടലിന്റെ തണലിലായിരുന്നു എന്റെ ബാല്യകാലം. അതുകൊണ്ട് സ്കൂളിൽ പഠിക്കുന്ന സമയത്തു തന്നെ കിട്ടിയതൊക്കെ വായിച്ചിരുന്നു. പട്ടഞ്ചേരി ഗ്രാമീണഗ്രന്ഥശാലയിലെ പുസ്തകങ്ങൾ എന്റെ വായനയെ വളർത്തി. സ്കൂൾ, കോളേജ് പഠന കാലത്ത് കഥകളും, കവിതകളും കുത്തിക്കുറിച്ചിരുന്നു. ചിലതൊക്കെ വെളിച്ചം കണ്ടു.

കോളേജ് പഠനകാലത്ത് പത്രപ്രവർത്തനത്തിൽ താൽപര്യം ജനിച്ചു. മാധ്യമം പത്രത്തിന്റെ ചിറ്റൂരിലെ പ്രാദേശിക പത്രപ്രവർത്തകനായി. കുറേക്കാലം സിനിമ ഓപ്പറേറ്ററായും ജോലിനോക്കി. കഴിഞ്ഞ 20 വർഷമായി മുഴുവൻ സമയ പത്രപ്രവർത്തകനാണ്. വാർത്തകളുടെ ലോകത്ത് സജീവമായതോടെ എഴുത്തുലോകത്ത് അകൽച്ചയുണ്ടായി.

എന്റെ അടുത്ത സുഹൃത്തും നോവലിസ്റ്റുമായ നകുലനോടാണ് കടലാഴങ്ങളുടെ കഥ ആദ്യമായി പറഞ്ഞത്. മധുര കേന്ദ്രമായി നടന്ന ഒരു യഥാർത്ഥ സംഭവം. കുറേക്കാലം മനസ്സിലിട്ട് താലോലിച്ചു. കാണുമ്പോഴൊക്കെ നകുലൻ നോവൽ എഴുതാൻ നിർബന്ധിച്ചിരുന്നു. തിരക്കിനിടയിൽ സമയം കിട്ടിയിരുന്നില്ല. കൊറോണക്കാലത്ത് വീട്ടിലിരിക്കാൻ കിട്ടിയ സമയത്താണ് നോവൽ എഴുതാൻ കഴിഞ്ഞത്.

ആദ്യം നന്ദി പറയേണ്ടത് നകുലനോടാണ്. അദ്ദേഹം ഇപ്പോൾ നമ്മോടൊപ്പമില്ല. നോവൽ വായിച്ചു പ്രൗഢഗംഭീരമായൊരു

അവതാരിക എഴുതി പ്രോത്സാഹിപ്പിച്ച എഴുത്തുകാരൻ ടി. കെ. ശങ്കരനാരായണൻ, കൂടെ നിന്ന് എഴുതാൻ നിർബന്ധിച്ച സുഹൃത്ത് ജ്യോതിഷ്, സുപ്രഭാതം പാലക്കാട് എഡിഷനിലെയും, ബ്യൂറോയിലെയും സഹപ്രവർത്തകർ, എന്റെ കുടുംബക്കാർ, പുസ്തകത്തിന്റെ അച്ചടിയും, പ്രസാധനവും ഏറ്റെടുത്ത കോഴിക്കോട് ഇൻസൈറ്റ് പബ്ലിക്കപ്രവർത്തകർ എന്നോടൊപ്പം കൈകോർത്ത് പ്രവർത്തിക്കുന്ന മറ്റെല്ലാ സൗഹൃദങ്ങൾക്കും നന്ദി രേഖപ്പെടുത്തട്ടെ...

വി എം ഷൺമുഖദാസ്

അവതാരിക

ടി കെ ശങ്കരനാരായണൻ

പ്രമേയത്തിലോ ആഖ്യാനത്തിലോ പരീക്ഷണങ്ങൾക്ക് തിടുക്കപ്പെടാതെ തനിക്കറിയാവുന്ന കാര്യങ്ങൾ അറിയുന്നപോലെ പറയുകയാണ് 'കടലാഴങ്ങൾ' എന്ന നോവലിൽ ചിറ്റൂർ ഷൺമുഖദാസ്. ആ നേരെഴുത്തിൽ കഥാപാത്രങ്ങളും കഥാസന്ദർഭങ്ങളും നോവലിൽ ജീവൻ വച്ചുണരുന്നു. ഗോസ്വാമി എന്ന പ്രധാന കഥാപാത്രത്തിലൂടെ ഉൽകൃഷ്ട ഭാരതസംസ്കാരത്തിന്റെയും ആ സംസ്കൃതി ഉൾക്കൊള്ളുന്ന ദർശനത്തിന്റെയും ഔന്നത്യം സമർത്ഥമായി സാധിച്ചെടുക്കുന്നു. അല്ലെങ്കിൽ ഇന്ത്യൻ - പാശ്ചാത്യ സംസ്കൃതികളുടെ താരതമ്യം ബഹളങ്ങളില്ലാതെ സൗമ്യമായി നിർവ്വഹിച്ചിരിക്കുന്നു.

സംഭവബഹുലവും സംഭവതീവ്രവുമാണ് കടലാഴങ്ങളിലെ ഇതിവൃത്തം. ഒന്നിൽ നിന്ന് മറ്റൊന്നിലേക്ക് വളരെ ക്രമത്തിൽ ഘട്ടംഘട്ടമായാണ് അതിന്റെ കാൽവെയ്പ്പ്. ഒരു ആദിമധ്യാന്തക്രമം.

രാമേശ്വരം എക്സ്പ്രസ്സിൽ ബലികർമ്മങ്ങൾക്കു പോകുന്ന തീർത്ഥാടകരെ വല വീശി പിടിക്കുന്ന ഗോസ്വാമി എന്ന ഗൈഡിന്റെ ഒരു ദിവസത്തിൽ നിന്ന് നോവൽ അതിന്റെ യാത്ര തുടങ്ങുന്നു. രാമേശ്വരം പോലുള്ള പേരു കേട്ട ബലിതർപ്പണ കേന്ദ്രങ്ങളിൽ കണ്ണികളിൽ നിന്ന് കണ്ണികളിലേക്ക് കമ്മീഷൻ കൈപ്പറ്റി പോകുന്ന ബിസിനസ്സാണത്. ആ യാത്രയിൽ പാരീസിൽ നിന്നുവരുന്ന രണ്ടു വിനോദസഞ്ചാരികളെ അയാൾ പരിചയപ്പെടുന്നു. അലക്സും സോഫിയയും. അവർ ഇന്ത്യ ചുറ്റിക്കാണാൻ വന്ന കാമുകീകാമുകന്മാരോ സുഹൃത്തുക്കളോ

ആണ്. പാരീസിലെ നിശാക്ലബിലെ മദാലസയായ നർത്തകിയാണ് സോഫിയ. സംഭാഷണത്തിനിടെ രാമേശ്വരം ക്ഷേത്രത്തിന്റെ ഉൽപ്പത്തി ചരിത്രം, രാമായണ കഥയിലെ ഏടുകൾ, സീതയുടെ മഹത്വം എന്നിവ ഗോസ്വാമി അവർക്ക് പരിചയപ്പെടുത്തുന്നു.

'ഭാരതീയരുടെ സംസ്കൃതി തന്നെ സീതയേയും രാമനേയും മാതൃകയാക്കി കെട്ടിപ്പടുത്തതാണ്' എന്ന് അയാൾ കൂട്ടിച്ചേർത്തപ്പോൾ വിദേശികളുടെ കണ്ണുകൾ വിസ്മയത്താൽ തിളങ്ങി. സീതയുടെ പാതിവ്രത്യത്തെക്കുറിച്ച് പറയുമ്പോൾ 'പാതിവ്രത്യമോ, അതെങ്ങനെയിരിക്കും കാണാൻ' എന്നാണ് അവർ ചോദിക്കുന്നത്. ഭാരതത്തെക്കുറിച്ചോ ഭാരത സംസ്കാരത്തെക്കുറിച്ചോ അണുമാത്രപോലും അറിവില്ലാത്ത അവർ ആ സംസ്കൃതിയുടെ കാതലും കരുത്തും ഗോസ്വാമിയിലൂടെ മനസ്സിലാക്കുന്നു, ആദ്യ അധ്യായത്തിൽ തന്നെ. തുടർന്നുള്ള അധ്യായങ്ങളിൽ അതിന്റെ മഹത്വം നോവലിസ്റ്റ് ഉറപ്പിക്കുന്നു.

രാമേശ്വരം ക്ഷേത്രത്തിന്റെ അകത്തളം അവർ കാണുന്നു. കല്ലിൽ കവിത രചിച്ച ശിൽപ്പങ്ങൾ... കോടി തീർത്ഥങ്ങൾ... ശ്രീരാമപാദം സ്ഥിതിചെയ്യുന്ന ഗന്ധമാദനപർവ്വതം അവർ കയറുന്നു. രാമേശ്വരത്തെ കാഴ്ചകൾ കണ്ടുകൊണ്ടുള്ള ആ യാത്രയിൽ സോഫിയയുടെയുള്ളിൽ സമാന്തരമായി ഭാരതദർശനവും വളരുന്നു. അവൾക്ക് ഭാരതം എന്ന രാജ്യത്തോടും ഗോസ്വാമി എന്ന ഭാരതീയനോടും ആദരവ് തോന്നുന്നു. രാത്രി ഉറക്കം കിട്ടാൻ ലഹരി മരുന്ന് ശീലിച്ച സോഫിയ ഈ പുണ്യഭൂമിയിൽ വന്നിട്ട് അരുതാത്തത് ചെയ്യുന്നതിൽ കുറ്റബോധം തോന്നുക നിമിത്തം അതിന്റെ ഉപയോഗം പോലും ഒഴിവാക്കുന്നു. നിശാക്ലബിൽ അഴിഞ്ഞാടിയിരുന്ന അരാജകജീവിതമോർത്ത് അവൾ പശ്ചാത്തപിക്കുന്നു. മാനസികമായി തന്നെ പരിവർത്തിപ്പിച്ച ഈ ഭൂമിവിട്ട് നാട്ടിലേക്ക് തിരിച്ചുപോകാൻ അവൾ വിമുഖയാവുന്നു.

ഈ പരിവർത്തനത്തിന് എളുപ്പത്തിൽ അവളെ പ്രാപ്തയാക്കിയത് ഏകത്വത്തെക്കുറിച്ച് നേരത്തെ തന്നെ അവളിൽ അധിഷ്ഠിതമായ ദർശനമായിരുന്നു. രാമേശ്വരത്തെ നിലാവ് കാണുമ്പോൾ അവളുടെ ചിന്ത പ്രവർത്തിക്കുന്നത് ഇവ്വിധമാണ്: 'ഈ നിലാവ് പാരീസിലുണ്ടായിരുന്നു, അമേരിക്കയിലും റഷ്യയിലും കാണും. ഇവിടെ ഇന്ത്യയിലും കാണുന്നു. സർവ്വ രാജ്യക്കാർക്കും സർവ്വ മതസ്ഥർക്കും സൂര്യനും ചന്ദ്രനും വായുവും ഒന്നാകുമ്പോൾ ഈശ്വരനും ഒന്നാവാനേ വഴിയുള്ളൂ.'

സോഫിയ്ക്ക് ഗോസ്വാമിയോട് തോന്നുന്ന അടുപ്പവും സ്നേഹവും ഭാരതനാടിനോട് തന്നെ തോന്നുന്ന വികാരമായി വിവക്ഷിക്കാം, വിശാലമായ അർത്ഥത്തിൽ. പഞ്ചനക്ഷത്രമുറികളിൽ ജീവിതം ശീലിച്ച അവൾ അയാളുടെ ചെറിയ ചാളപ്പുരയിൽ സ്വാസ്ഥ്യം അനുഭവിക്കുന്നത് അതുകൊണ്ടാണ്. ഗോസ്വാമി എന്ന നാമത്തിന് ഭഗവാൻ കൃഷ്ണൻ എന്ന് അർത്ഥമുള്ളതു കൊണ്ട് അവൾ തന്റെ പേര് രാധ എന്നാക്കി മാറ്റാൻ തീരുമാനിക്കുന്നു. അയാളുമൊത്ത് ശിഷ്ടകാലം ജീവിക്കാൻ നിശ്ചയിച്ചുറപ്പിച്ചതിനെ തുടർന്നാണ് ഈ മാറ്റം. അവൾ സാരിയുടുക്കാൻ പഠിക്കുന്നു. കണ്ണെഴുതി, പൊട്ടു, തൊടുന്നു. അങ്ങനെ ഒരു ഭാരത സ്ത്രീയുടെ ഭാവഹാവാദികളിൽ ആനന്ദം അനുഭവിക്കുന്നു.

ഗോസ്വാമിയെ സോഫിയയോടടുപ്പിക്കുന്നത് ജീവിതത്തിലെ അയാളുടെ ഒറ്റപ്പെടലാണ്. ധനുഷ്ക്കോടിയിലായിരുന്നു അച്ഛനും അമ്മയും അനുജത്തിയും അടങ്ങുന്ന അയാളുടെ കുടുംബം. 1964 ലെ കൊടുങ്കാറ്റിലും മഴയിലും ആ കൊച്ചുപട്ടണം തീർത്തും നാമാവശേഷമായി. ഉറ്റവരും ഉടയവരും നഷ്ടപ്പെട്ട് ഗോസ്വാമി അനാഥനായി. ജീവിക്കാൻ വേണ്ടി അയാൾ സ്വീകരിച്ച മാർഗ്ഗമായിരുന്നു ഈ ഗൈഡിന്റെ പണി. ആശ്രയമായി ആരുമില്ലാതെ അനാഥത്വം അനുഭവിക്കുന്ന അയാളെ സംബന്ധിച്ച് ഒരിക്കലും പ്രതീക്ഷിക്കാത്ത സാന്ത്വനമായിരുന്നു സോഫിയയുടെ സാന്നിദ്ധ്യം. അതു നഷ്ടപ്പെടാതിരിക്കാൻ അയാളും ത്യാഗസന്നദ്ധനാവുന്നു. ഒരു ഘട്ടത്തിൽ അയാൾക്ക് പോലീസ് സ്റ്റേഷൻ പോലും കയറേണ്ടിവരുന്നു.

അലക്സാവട്ടെ സോഫിയയിൽ വന്ന മാറ്റത്തിൽ ആദ്യം ആശ്ചര്യപ്പെടുന്നുണ്ടെങ്കിലും അവളെ കൈവിട്ടുപോയി എന്ന യാഥാർത്ഥ്യം ഉൾക്കൊള്ളുകയും അതുമായി വലിയ പ്രയാസമില്ലാതെ പൊരുത്തപ്പെടുകയും ചെയ്യുന്നു. ചില്ലറ മൽപ്പിടുത്തങ്ങൾക്കും പോരാട്ടങ്ങൾക്കൊടുവിൽ രാമേശ്വരം വിട്ടുപോകാൻ തീരുമാനിക്കുന്നു.

വാചകക്കസർത്തുകളോ ഭാഷാപ്രയോഗങ്ങളുടെ വെടിക്കെട്ടുകളോ കണ്ണീരോ രോദനമോ ഒന്നുമില്ലാതെ വായനക്കാർക്ക് സ്വയം ചിന്തിക്കാൻ വഴിമരുന്നിട്ടു കൊണ്ടാണ് ഷൺമുഖദാസ് നോവൽ അവസാനിപ്പിക്കുന്നത്. തീർത്തും വ്യത്യസ്തമായ വിരുദ്ധധ്രുവങ്ങളിലുള്ള സംസ്കൃതികളുടെ സംയോജനം നിലവിലെ വ്യവസ്ഥിതിയിൽ സാധ്യമാവുമോ എന്ന് നാം ആലോചിച്ചുപോകുന്നു.

മലയാള നോവൽ ഇന്നെത്തി നിൽക്കുന്ന ദൂരങ്ങളെ അടിസ്ഥാനരേഖയാക്കി ഈ നോവലിനെ വിലയിരുത്തുന്നത് അപകടമായിരിക്കും എന്നു തോന്നുന്നു. വി.എം.ഷൺമുഖദാസ് തന്റേതായ

ലോകത്തിരുന്ന് തനിക്കറിയാവുന്ന രീതിയിൽ മനുഷ്യജീവിതത്തിന്റെ നിസ്സഹായതകളും ധർമ്മസങ്കടങ്ങളും വരച്ചിടാൻ ശ്രമിക്കുന്നു. നമ്മളും അതിന്റെ ഭാഗമാണല്ലോ എന്നോർക്കുമ്പോൾ വായനക്കാരന്റെ മനസ്സിൽ വിങ്ങലുകൾ ബാക്കിയാവുന്നു.

കടലാഴങ്ങൾ...

തീർത്ഥയാത്രക്കാരേയും തേടി...

മധുര റെയിൽവേ സ്റ്റേഷൻ. തലേന്ന് കോയമ്പത്തൂരിൽ നിന്നും പുറപ്പെട്ട രാമേശ്വരം എക്സ്പ്രസ്സ് ഓടിക്കിതച്ചുവന്നുനിന്നു. യാത്രക്കാർ ഇറങ്ങുകയും കേറുകയും ചെയ്യുന്ന ബഹളം. പ്രഭാതം പൊട്ടി വിടരുന്ന സമയമാണ്. എല്ലാവരുടെയും കണ്ണുകളിൽ ഉറക്കച്ചടവ്. കാന്റീനിലെ പയ്യന്മാർ പലഹാര തട്ടുകളുമായി ധൃതിപിടിച്ചുനടക്കുന്നു. ഇഡ്ഡലി, ചായ, ഉഴുന്നുവട, എന്നിങ്ങനെ ആഹാര തട്ടുകൾ കംപാർട്ടുമെന്റിലെ ജനലഴികളിലൂടെ യാത്രക്കാരുടെ കൈകളിലെത്തി.

ഇനി ഈ വാലിനെ കൊണ്ടുനടക്കാൻ വയ്യെന്ന മട്ടിൽ എഞ്ചിൻ മറ്റു പെട്ടികളുമായുള്ള ബന്ധം വേർപ്പെടുത്തി പുകതുപ്പി മുന്നോട്ട് ഗമിച്ചു. വാല് ചേതനയറ്റ് തികച്ചും നിശ്ചലാവസ്ഥയിൽ റെയിൽപ്പാളത്തിൽ നിലകൊണ്ടു രാമേശ്വരത്ത് ഗോസ്വാമി എന്നറിയപ്പെടുന്ന ഗൈഡ് ഗോപാല സ്വാമി കക്ഷത്തൊരു ബാഗും ഇറുക്കിപ്പിടിച്ച് ഓരോ കംപാർട്ടുമെന്റിനുള്ളിലേക്കും കഴുകനെപ്പോലെ ഉറ്റുനോക്കി നടന്നു. തനിക്കുംമുമ്പേ ചില കഴുകന്മാർ അകത്തുകയറി ഓരോ ഇരയെ കണ്ടെത്തി ചിറകിനുള്ളിൽ ഒളിപ്പിച്ചിരിക്കുന്നു.

രാമേശ്വരം തീർത്ഥയാത്രക്കാരാണ് അയാളുടെ ലക്ഷ്യം. അവരെ കണ്ടാൽ വേഗം തിരിച്ചറിയാം. രാമേശ്വരത്തേക്ക് മധുരയിൽ നിന്നും ഒത്തിരി പോകണം. ഇവിടുന്ന് അവരുടെ ഒപ്പം കൂടി വാക്ചാതുര്യത്താൽ മയക്കിയെടുത്താലെ കാര്യം നടക്കൂ. രാമേശ്വരം റെയിൽവേ സ്റ്റേഷനിലെത്തുമ്പോഴേക്കും എല്ലാവരും ഓരോരുത്തരുടെ വലയിലായിക്കഴിഞ്ഞിരിക്കും.

ഇന്നെന്താ ഇങ്ങനെ?... ഗോസ്വാമി വല്ലാതെ നിരാശപ്പെട്ടു. പതുക്കെ കാലടികൾ മുമ്പോട്ടുവച്ചു. ഒരറ്റത്തുനിന്ന് മറ്റേയറ്റം വരെ നടന്നു. ഒന്നുകൂടെ അരിച്ചുനോക്കാം. എക്സ്പ്രസ്സ് ട്രെയിൻ ആണെങ്കിലും മധുരയിൽനിന്ന് ഇനി പതുക്കെയേപോകൂ. ദിണ്ടിക്കൽ വരെ ചിലപ്പോൾ ഡീസൽ എഞ്ചിനായിരിക്കും.

ഇനി സാധാ വണ്ടി. വലിച്ചു വലിച്ചു നീങ്ങും. മനുഷ്യന്റെ ക്ഷമ പരീക്ഷിക്കും വണ്ടി.

ഒരൊന്നാം ക്ലാസ്സ് കംപാർട്ടുമെന്റിനകത്ത് വെളുത്തുമെലിഞ്ഞ ഒരു വിദേശ വനിതയും അവളുടെ ഭർത്താവോ, കാമുകനോ എന്നു നിശ്ചയമില്ലാത്ത ചെറുപ്പക്കാരനും തൊട്ടുരുമ്മി ഇരിക്കുന്നു. നിറം വെളുപ്പെന്നുവച്ചാൽ ഓറഞ്ചിന്റെ നിറമാണ്. നഗരങ്ങളിലെ തുണിക്കടകളിൽ കണ്ണാടിക്കൂടിനകത്ത് ആൾക്കാരെ ആകർഷിക്കാൻ വെക്കുന്ന പെൺപ്രതിമകളുണ്ട്. അത്തരം പ്രതിമകളിലൊന്നിനെ അയാൾ അടുത്തിരുത്തിയതായേ തോന്നൂ...

അയാൾ സിഗരറ്റു പുകച്ചുകൊണ്ടിരുന്നു. അവൾ നിദ്ര വിട്ടുമാറാത്ത കണ്ണുകളാൽ റെയിൽവേ സ്റ്റേഷനിലെ ഒരു പുതുമയും ജനിപ്പിക്കാത്ത, തണുത്തു മരവിച്ച കാഴ്ചകളിലേക്ക് അലക്ഷ്യമായി വീക്ഷിച്ചുകൊണ്ടിരുന്നു.

മറ്റു കഴുകന്മാർ ഒഴിവാക്കിയ കേസ്സാണ് അവരെന്ന് പ്രഥമദൃഷ്ട്യാ മനസ്സിലായി. രാമേശ്വരത്ത് വരുന്നവരിലധികവും പിതൃതർപ്പണം ചെയ്യാനെത്തുന്നവരാണ്. പണ്ഡകൾക്ക് അത്തരക്കാരെയാണ് ആവശ്യം. അവരെ പുരോഹിതന്മാരുമായി കൂട്ടിയിണക്കുക., പിന്നെയുള്ള ഞെക്കിപ്പിഴിച്ചിലൊക്കെ പുരോഹിതന്മാർ ചെയ്തുകൊള്ളും.

വിദേശികൾ പിതൃതർപ്പണം ചെയ്യാൻ വരില്ലെന്നു കരുതിയാവണം പണ്ഡകൾ അവരെ ഒഴിവാക്കിയത്.

ഗോസ്വാമി രണ്ടുകൽപ്പിച്ച് ആ പെട്ടിക്കകത്തുകയറി. അവരുടെ മുമ്പിലിരുന്ന സ്വയം പരിചയപ്പെടാൻ തയ്യാറായി. ആവശ്യം അയാളുടേതാണല്ലോ.

'ഗുഡ് മോണിംഗ് സർ'

ചെറുപ്പക്കാരൻ പല്ലുകളൽപ്പം പുറത്തുകാട്ടി മന്ദഹസിച്ചു.

അവളാവട്ടെ അത്രപ്പോലും ഭാവിച്ചില്ല. രണ്ടുപേർക്കും മുന്നിലിരിക്കുന്ന മനുഷ്യനോട് പരിചയപ്പെടാനോ സംസാരിപ്പാനോ താൽപ്പര്യമില്ലെന്നു വ്യക്തമായിരുന്നു.

ഗോസ്വാമി നിരാശനായില്ല.

'സർ, യുവർ നേറ്റീവ് പ്ലീസ്?' (നിങ്ങളുടെ സ്വദേശം)

'പാരീസ്'

'വേർ ആർ യൂ കമിംഗ് ഫ്രം?' (നിങ്ങളെവിടുന്നാണ് വരുന്നത്)

'ട്രിവാൻഡ്രം'. അയാളുടെ മുഖത്ത് നീരസം പ്രകടമായി.

ഗോസ്വാമി ബാഗ്തുറന്ന് താനിങ്ങനെ ചോദിക്കുന്നതിൽ തെറ്റിദ്ധരിക്കരുതെന്ന മട്ടിൽ അയാളുടെ ഫോട്ടോ സഹിതമുള്ള ഐഡന്റിറ്റി കാർഡെടുത്തി നീട്ടി.

'എക്സ്ക്യൂസ്മി അയാം എ ഗൈഡ്, മൈ നെയിം ഈസ് ഗോസ്വാമി'

അയാളുടെ മിഴികൾ അലക്ഷ്യമായി ഫോട്ടോയിൽ പാറിക്കളിച്ചു.

'വാട്ട് മീൻസ് ഗോസ്വാമി?'

സായിപ്പ് തന്നെ കളിയാക്കുകയാണോ? പേരിന്റെ അർത്ഥം ചോദിച്ചിരിക്കുന്നു. അങ്ങനെ തോറ്റുകൊടുത്തുകൂടാ..

'ഗോപാൽ ഈസ് ദ നെയിം ഓഫ് ആൻ ഇൻഡ്യൻ ഡയറ്റി. മൈ ഷോർട്ട് നെയിം ഈസ് ഗോസ്വാമി.'

(ഗോപാലൻ ഒരു ഇൻഡ്യൻ ദൈവത്തിന്റെ പേരാണ്.)

ചെറുപ്പക്കാരന്റെ മുഖത്ത് ആശ്ചര്യം.

'ഗോപാൽ ആൻ ഇൻഡ്യൻ ഡയറ്റി?'

'യെസ്. ഹിസ് അദർ നെയിം ഈസ് ലോർഡ് കൃഷ്ണ'.

ചെറുപ്പക്കാരൻ സിഗരറ്റ് പാക്കറ്റെടുത്ത് നീട്ടി.

'നോ താങ്ക്സ്'.

ദൈവം സിഗരറ്റു പുകയ്ക്കാനും തുടങ്ങിയോ എന്ന് ഈ വിദ്വാൻ ചോദിച്ചുകളയും. ഗോസ്വാമി അവളുടെ നേർക്കു മിഴി നട്ടു. അവൾ അർദ്ധനിമീലിത നേത്രങ്ങളാൽ അയാളെ ശ്രദ്ധിക്കാൻ തുടങ്ങിയിരുന്നു.

ഇതിനിടയിൽ മറ്റൊരു കരി എഞ്ചിൻ മീറ്റർഗേജ് പാളത്തിലൂടെ റിവേഴ്സിൽ വന്ന് ഉപേക്ഷിക്കപ്പെട്ട വാലിനെ സ്വന്തം ശരീരത്തോടു ഘടിപ്പിച്ചു. ഞാനിതാ പുറപ്പായി ന്ന് പറയും മട്ടിൽ തീവണ്ടി സൈറൺ മുഴക്കി.

കൂ.......... ണിം... ണിം... ണിം... വിസിലടികൾ ഉയർന്നു. പച്ചക്കൊടി താഴ്ന്നും പൊങ്ങിയും യാത്ര പുറപ്പെടാൻ അനുവാദം

നൽകി. കുറച്ചുനേരമായി മരിച്ചുകിടന്നിരുന്ന ബോഗികളൊക്കെ ആകെയൊന്നു കുലുങ്ങി... തലയിളകി... വാലുമിളകി.. പെട്ടികൾ ഓരോന്നായി ചലിച്ചു. ട്രെയിൻ സ്റ്റേഷൻ പിന്നിടുകയാണ്.

വിദേശയാത്രികർ രണ്ടുപേരും വഴിയോരക്കാഴ്ചകളിൽ കണ്ണുംന ട്ടിരുന്നു.

കിഴക്ക് സൂര്യോദയം. തണുത്ത കുളിർക്കാറ്റ്... വായുവിനെ കീറി മുറിച്ചുകൊണ്ട് ട്രെയിൻ ഓട്ടം തുടങ്ങി: 'ജക്ജക്...ജക്ജക്...ക്കൂ...'

ഇരുവശത്തും ധാരാളം പനവൃക്ഷങ്ങൾ. ഇടയ്ക്കിടെ കരിമ്പിൻ തോട്ടങ്ങൾ. ചിലയിടത്ത് മുട്ടക്കോസും പരുത്തി കൃഷിയും കണ്ടു ജനവാസം കുറഞ്ഞ ഭൂപ്രദേശമാണ്.

'വേസ്റ്റ് ലാന്റ്' ധാരാളം പരന്നുകിടക്കുന്നു. അവിടൊക്കെ മുൾപ്പ ടർപ്പുകളും. കോവളം സന്ദർശിച്ച് മടങ്ങുന്ന അവർക്ക് കേരളത്തിന്റെ സൗന്ദര്യമൊന്നും അവിടെ അനുഭവപ്പെട്ടില്ല.

പാരീസ്! ഗോസ്വാമി നെറ്റി ചുളിച്ചു. നിശാക്ലബുകളുടെ നാട്. ഏതാണാവോ താൻ കണ്ട ആ ഇംഗ്ലീഷ് പടം? പാരീസ് ബൈ നൈറ്റ്... പാരീസ് നൈറ്റിംഗേൾ... പാരീസിലെ മദാലസ രാത്രികൾ... വായിൽ വെള്ളമൊലിപ്പിക്കുന്ന പേരുകൾ... യൗവ്വനയുക്തകളായ തരുണീമണികൾ റിബ്ബണിന്റെ വീതിയുള്ള തുണി അരയിൽ ചുറ്റി ചാടുന്നതുകണ്ടു കഷ്ടം തോന്നി. പടം പാതിയിൽ മതിയാക്കി എണീ റ്റുപോന്നു.

നിശാസുന്ദരികളുടെ നാട്ടിൽ നിന്നും വരികയാണ്. എന്താ ഓൾടെ ഒരു ഗമ! തന്തയും തള്ളയുമൊക്കെ ഇവർക്കുമുണ്ടാകും. മരിച്ചാൽ ഇന്ത്യക്കാർക്കുള്ളപോലെ പിതൃതർപ്പണം എന്നൊരു ചടങ്ങ് ഉണ്ടാകുമോ? എങ്കിൽ പക്ഷി ശാസ്ത്രികളുടെ അടുത്തു കൂട്ടികൊണ്ടുപോയി ബലിയിടാൻ വേണ്ട ഏർപ്പാടുകൾ ചെയ്യാമായിരുന്നു.

വിദേശിയായ ചെറുപ്പക്കാരൻ ചോദിച്ചു. 'വെൻ ദിസ് ട്രെയിൻ വീൽ റീച്ച് അറ്റ് രാമേശ്വർ?'

– ഈ ട്രെയിൻ എപ്പോൾ രാമേശ്വരത്ത് എത്തിച്ചേരും?

'ഹാഫ് പാസ്റ്റ് ഇലവൻ'.

'രാമേശ്വരം എന്നതിന്റെ അർത്ഥം?'

'രാമൻ പ്രതിഷ്ഠിച്ച ഈശ്വരൻ. അതാണ് രാമേശ്വരം.'

'ഹൂ ഈസ് രാമ?'

–ആരാണ് രാമൻ?

'രാമ വാസ് ദ കിംഗ് ഓഫ് അയോദ്ധ്യ'.

- രാമൻ അയോദ്ധ്യയിലെ രാജാവാണ്.

'വാട്ട് ഈസ് ഹിസ് ഡിഗ്നിറ്റി?'

-അദ്ദേഹത്തിന്റെ മഹത്വം എന്താണ്?

ഗോസ്വാമി തെല്ലൊന്നു പരുങ്ങി. ഒറ്റവാക്കിൽ മറുപടി പറയാവുന്നതല്ല അത്. എങ്കിലും തന്റെ സ്വൽപ്പമായ പാണ്ഡിത്യം ഇരുവരുടെയും മുമ്പിൽ വിളമ്പുന്നതാണ് നല്ലതെന്ന് അയാൾക്ക് തോന്നി. ഇരകൾ കുറേശ്ശെ വലയിൽ കുടുങ്ങുന്ന ലക്ഷണമുണ്ട്.

പാരീസിലെ സുന്ദരിയും അയാളുടെ വാക്ചാതുര്യത്തിൽ മതിമയങ്ങിയ മട്ടിലായിരുന്നു.

'കിംങ്ഡം അയോദ്ധ്യാ... റൂളർ ദശരഥാ...'

ഗോസ്വാമി മുറി ഇംഗ്ലീഷിൽ പറയാൻ തുടങ്ങി. ട്രെയിൻ എല്ലാ സ്റ്റേഷനിലും നിന്ന് പതുക്കെയാണു നീങ്ങിയത്.

തീർത്ഥാടകരെ സംബന്ധിച്ച് മധുര കഴിഞ്ഞാലുള്ള യാത്ര സുഖകരമായിരുന്നു. വേണമെങ്കിൽ ഓരോ സീറ്റിലും ഒരാൾ വീതം കിടന്നു യാത്ര ചെയ്യാം. ആവി എഞ്ചിൻ തുപ്പുന്ന പുകയിലെ കരിപ്പൊടി ജനാലയിലൂടെ കടന്നുവന്ന് വസ്ത്രങ്ങളിൽ പറ്റിപ്പിടിച്ചു. കരിയുടെ ഗന്ധം മൂക്കിൽ തുളഞ്ഞു കയറി. ചിലർ കണ്ണാടി ജനൽ താഴ്ത്തിവച്ചു.

വട്ടികളിൽ ചെറുനാരങ്ങയുമായി മുഷിഞ്ഞ വസ്ത്രധാരിണികളായ ചില സ്ത്രീകൾ രണ്ടാം ക്ലാസ്സ് കംപാർട്ടമെന്റ് ലക്ഷ്യമാക്കി നീങ്ങുന്നു. രാമേശ്വരം ടൗണിലേക്ക് നാരങ്ങ വിൽക്കാൻ കൊണ്ടുപോകുകയാണ്. അവരുടെയൊക്കെ കഴുത്തിൽ മഞ്ഞച്ചരടിൽ കോർത്ത ആലിലത്താലി തിളങ്ങുന്നുണ്ട്. പാരീസ്കാരിക്ക് അതെന്താണെന്ന് മനസ്സിലായില്ല. ആദ്യമായാണ് അവൾ നനുത്ത സ്വരത്തിൽ ചോദിച്ചത്.

'അവരുടെയെല്ലാം കഴുത്തിൽ എന്താണ് തുങ്ങുന്നത്?'

ഈ പെണ്ണിന് ഒരു ചുക്കും അറിഞ്ഞുകൂടെന്നു തോന്നുന്നു.

'മംഗല്ല്യസൂത്ര!' ഗോസ്വാമി പറഞ്ഞു.

'അതെന്താ അങ്ങനെ പറഞ്ഞാൽ ?'

'ഞങ്ങൾ ഇന്ത്യക്കാർ വിവാഹസമയത്ത് സ്ത്രീകളുടെ കഴുത്തിൽ ചാർത്തുന്ന കെട്ടുതാലിയാണത്. ആ താലി കണ്ടാൽ മനസ്സിലാക്കാം ഒരുത്തി വിവാഹിതയാണോ അല്ലയോ എന്ന്..

'മരിക്കുംവരെ അതവരുടെ കഴുത്തിലുണ്ടാകുമോ?'

'ഭർത്താവ് ആദ്യം മരിച്ചാൽ, ഭാര്യ, ആ താലിയഴിച്ച് ഭർത്താവിനോടൊപ്പം ചിതയിൽ ദഹിപ്പിക്കും. പിന്നെ അവൾ വിധവയാണ്. ഭർത്താവ് ജീവിച്ചിരിക്കുമ്പോഴാണ് ഭാര്യ മരിച്ചതെങ്കിൽ മംഗല്ല്യസൂത്രം അഴിച്ചെടുക്കാതെ ചിതയിലേക്കെടുക്കും.

ഒരു സ്ത്രീയായി ജനിച്ചാൽ മംഗല്ല്യത്തോടെ മരിക്കുന്നത് ഭാഗ്യമായി ഭാരതീയർ കരുതുന്നു.

'ഒരു സ്ത്രീ അവളുടെ ആയുസ്സിൽ എത്ര ചരടുകെട്ടേണ്ടിവരും?'

ചോദിച്ചത് ചെറുപ്പക്കാരനാണ്.

'ഓൺലി വൺ'

'ഓൺലി വൺ?' രണ്ടേരുർക്കും വിശ്വാസം വന്നില്ല.

'അതെ. ഇന്ത്യക്കാർ ഒരു സ്ത്രീയെ വിവാഹം കഴിച്ചാൽ ആയുഷ്കാലം മുഴുവൻ അവളോടൊത്ത് ജീവിതം പങ്കിടുന്നു.'

'ഭർത്താക്കന്മാരും അങ്ങനെയാണോ?'

പുരുഷന്മാരെ വിശ്വാസമില്ലാത്ത അവൾ ചോദിച്ചു

'യെസ്'.

'ഭാര്യമാരും അങ്ങനെയാണോ?'

സ്ത്രീകളെ വിശ്വാസമില്ലാത്ത അയാൾ ഒളിയമ്പെയ്തു.

'യെസ്.'

'വണ്ടർഫുൾ'.

-ഞങ്ങളുടെ ഇന്ത്യാരാജ്യം മഹത്തായ ഒരു രാഷ്ട്രമാണ്.

ഗോസ്വാമിയുടെ ഞരമ്പുകളിലൂടെ അയാളറിയാതെ ചോര കുതിച്ചുപാഞ്ഞു.

പാരീസ്കാരിയുടെ കണ്ണുകൾ രണ്ടുബൾബുകൾ കണക്കെ തിളങ്ങി.

ട്രെയിൻ ചുട്ടിയൂർ സ്റ്റേഷൻ പിന്നിട്ടു. തലേ ദിവസം പരിസരങ്ങളിൽമഴ പെയ്തിരുന്നു. താണ പ്രദേശങ്ങളിൽ അവിടവിടെ വെള്ളം കെട്ടിനിൽക്കുന്നു. പന്നിക്കുട്ടികൾ ചെളിയിൽ കളിച്ചു തിമിർക്കുന്നു. സ്റ്റേഷൻ പരിസരത്തെ വീടുകളിൽ നിന്ന് പുക ഉയരുന്നു. എരുമക്കിടാങ്ങളുടെ മുതുകിലെ ചെള്ള് കൊത്തി തിന്നുന്ന കാക്കകളും തേച്ചുമിനുക്കിയ കുടം ഒക്കത്തുവെച്ച് വെള്ളത്തിനു പോകുന്ന സ്ത്രീകളുമെല്ലാം ചലച്ചിത്രത്തിലെ ദൃശ്യങ്ങൾ പോലെ കടന്നുപോയ്ക്കൊണ്ടിരുന്നു.

പനകളും തെങ്ങുകളും വേഗത്തിൽ ഓടിയകലാൻ തുടങ്ങി വണ്ടിക്കു വേഗത കൂടിയിരുന്നു.

'ഹൂ ഈസ് സീതാദേവി? 'ഇന്ത്യൻ കൾച്ചറിനെക്കുറിച്ച് അറിയാനുള്ള കുതൂഹലത്താൽ അവൾ ചോദിച്ചു.

'ഷീ വാസ് രാമാസ് വൈഫ്. ഹെർ ഫാദർ വാസ് ദ കിംഗ് ഓഫ് മിഥില'

ഗോസ്വാമി തുടർന്നു.

രാമൻ മഹാ ഋഷി വിശ്വാമിത്രന്റെ കൂടെ താടകയെ വധിക്കാൻ വനത്തിൽ പോകുന്നത്, മടക്കയാത്രയിൽ ജനകരാജധാനിയിൽ ചെന്ന് ത്ര്യയംബകം വില്ലുകുലച്ച് സീതയെ വേൾക്കുന്നത്... ഗോസ്വാമിയുടെ വിവരണത്തിൽ ഇരുവർക്കും നല്ല രസംകേറി.

വിവാഹശേഷം ശ്രീരാമന്റെ പട്ടാഭിഷേകത്തിനുള്ള ഒരുക്കങ്ങൾ അയോദ്ധ്യയിൽ നടക്കുന്നു. എന്നാൽ തോഴിയായ മന്ഥരയുടെ ഏഷണികേട്ട് കൈകേയി മാതാ അതു തടയുന്നു. ദശരഥ രാജൻ പണ്ടുനൽകിയ വര പ്രകാരം സ്വന്തം പുത്രൻ ഭരതനെ രാജാവായി വാഴിക്കണമെന്നും രാമൻ കാട്ടിൽ പന്ത്രണ്ടുവർഷത്തെ വനവാസമനുഷ്ഠിക്കണമെന്നും അവർ ശഠിച്ചു. വനത്തിലേക്കുള്ള യാത്രയിൽ സീതയും ഭർത്താവിനെ അനുഗമിച്ചു.

'സീതയും കാട്ടിൽ പോകണമെന്ന് കൈകേയി പറഞ്ഞിരുന്നോ?'

പാരീസ്കാരിക്ക് സംശയം.

'നോ.'

'പിന്നെന്തിനാ കാട്ടിൽ പോയത്?'

'അതാണ് ഭാരത സ്ത്രീകളുടെ മഹത്വം. സുഖത്തിലും ദുഃഖത്തിലും ഭർത്താവിന്റെ കാൽപ്പാടുകളെ പിൻതുടരും.'

'ഈ കഥയും ഇപ്പോൾ കാണാൻ പോകുന്ന രാമേശ്വരത്തിനും തമ്മിലെന്താണു ബന്ധം?'

'ഇതു കഥയല്ല. നടന്ന സംഭവമാണ്. സംവത്സരങ്ങൾക്കുമുമ്പ് ത്രേതായുഗത്തിൽ.'

സഹോദരൻ ലക്ഷ്മണനേയും കൂട്ടി രാമൻ സീതാസമേതം വനവാസത്തിനുചെന്നു. പഞ്ചവടിയിൽ ഒരു പർണ്ണാശ്രമം കെട്ടിയുണ്ടാക്കി താമസിക്കവേ ഒരുനാൾ രാവണസഹോദരിയായ ശൂർപ്പണഖ ഒരു സുന്ദരിയുടെ വേഷത്തിൽ ചെന്ന് രാമനെ പ്രണയകേളിക്കു ക്ഷണിച്ചു. നിങ്ങൾ ഐ ലവ് യൂ പറയുന്നമാതിരി...

'എന്നിട്ട് രാമൻ ആ ക്ഷണം സ്വീകരിച്ചോ?'

'അതെങ്ങനെ? അദ്ദേഹം ഏക പത്നീവ്രതക്കാരനാണ്. സീത യല്ലാതെ മറ്റാരെയും മനസ്സാപോലും സ്വീകരിക്കുകയില്ല.'

'ഇപ്പോഴും ഇന്ത്യക്കാർ അങ്ങനെയാണോ?'

'തൊണ്ണൂറുശതമാനവും അങ്ങനെയാണ്. ഞങ്ങൾ ഭാരതീയരുടെ സംസ്കാരം തന്നെ സീതയേയും രാമനേയും മാതൃകയാക്കിയാണ് കെട്ടിപ്പടുത്തിരിക്കുന്നത്.

അവളുടെ കണ്ണുകൾ വീണ്ടും തിളങ്ങി.

'ഒരു പുരുഷന് ഒരു സ്ത്രീ മാത്രം എന്ന ചിട്ടയിൽ മടുപ്പുതോന്നില്ലേ? ആയുഷ്കാലം മുഴുക്കെ ഒരു സ്ത്രീയെ സഹിച്ചുകൊണ്ടിരിക്കുക!'

ചെറുപ്പക്കാരന്റെ ചോദ്യത്തിൽ അൽപ്പം ഹാസ്യഭാവം കലർന്നിരുന്നു.

'പല സ്ത്രീകളുമായും ബന്ധപ്പെടുന്നവർക്ക് ലൈംഗികരോഗങ്ങൾ ഉണ്ടാവാറുണ്ട്. ഇപ്പോൾ പുതുതായി എയ്ഡ്സിനെ കുറിച്ചും കേൾക്കുന്നു.'

എയ്ഡ്സിനെകുറിച്ചു കേട്ടതും ചെറുപ്പക്കാരൻ ഭയങ്കരമായൊന്നു ഞെട്ടി. മുപ്പതുവയസ്സാകുംമുന്നെ എല്ലും തൊലിയുമായി കണ്ടാൽ തിരിച്ചറിയാത്തവിധം അറപ്പും വെറുപ്പും ഉളവാക്കുന്ന സത്വം. കുത്തഴിഞ്ഞ ജീവിതം നയിക്കുന്ന പാശ്ചാത്യസംസ്കാരത്തിനുനേരെ കൊഞ്ഞനം കാണിക്കുന്ന മഹാവ്യാധി!..

'ഹു ഈസ് രാവണാ?'

'ലങ്കയിലെ ചക്രവർത്തി. പ്രണയാഭ്യർത്ഥന രാമൻ നിരസിച്ചതിനെ തുടർന്ന് ലക്ഷ്മണനെ സമീപിച്ച ശൂർപ്പണഖയുടെ മൂക്കും മുലകളും ചെവികളും ലക്ഷ്മണൻ അരിഞ്ഞും അപമാനിച്ചുവിട്ടു. അപമാനിതയായ അവൾ ജ്യേഷ്ഠനോട് സങ്കടവുമായി ചെന്നു. രാവണൻ കുപിതനായി പ്രതികാരദാഹത്തോടെ സന്യാസിവേഷത്തിൽ പഞ്ചവടിയിലെത്തി സീതയെ തട്ടിക്കൊണ്ടുപോയി ലങ്കയിലെ അശോകവനികയിൽ പാർപ്പിച്ചു. രാമലക്ഷമണന്മാർ സീതയെതേടി പോകുന്ന വഴിയിൽ വാനരന്മാരായ സുഗ്രീവൻ, ഹനുമാൻ തുടങ്ങിയവരെ കണ്ടുമുട്ടുകയും അവരുമായി സഖ്യം ചെയ്ത് രാവണനിഗ്രഹത്തിനുശേഷം സീതാദേവിയെ വീണ്ടെടുക്കുകയും ചെയ്തു. രാവണരാജധാനിയിൽ കഴിഞ്ഞ, തന്റെ ഭാര്യയുടെ പാതിവ്രത്യത്തിൽ ശ്രീരാമനു സംശയം തോന്നി...'

വിവരണം ഈ ഘട്ടത്തിലെത്തിയപ്പോൾ പാരീസ്കാരിക്ക് ജിജ്ഞാസ അടക്കാൻ കഴിഞ്ഞില്ല.

'പാതിവ്രത്യമോ? അതെങ്ങനെയിരിക്കും കാണാൻ?'

ഗോസ്വാമിയെ കുഴക്കിയ ചോദ്യമായിരുന്നു അത്.

പാതിവ്രത്യത്തിന് ഇംഗ്ലീഷിൽ എന്താണു പറയുക? തന്റെ ബുദ്ധിയിൽ ഒന്നും എത്തപ്പെടുന്നില്ല. 'ചാരിറ്റി' എന്ന വാക്കാണു അയാൾ തൽക്കാലം പ്രയോഗിച്ചത്. പക്ഷേ ചാരിറ്റി പാതിവ്രത്യ ത്തിന്റെ സമാന്തര തർജ്ജമയാവുമോ? 'ചാരിറ്റബിൾ ഹോസ്പിറ്റൽ' എവിടെയോ ബോർഡു കണ്ടത് ഓർമ്മ വന്നു. പതിവ്രതയായ ആസ്പത്രിയെന്നോ?

ഛെ... ആസ്പത്രിക്കെന്തു പാതിവ്രത്യം? കല്ലും മണലും സിമന്റും കൂട്ടിക്കുഴച്ച കെട്ടിടം...

ചെറുപ്പക്കാരൻ പാരീസ്കാരിയോട് വിഡ്ഢിത്തം പൊട്ടിച്ചു:

'അതായത് രാമൻ വിവാഹ സമയത്ത് സീതയെ ഏൽപ്പിച്ച ആ സാധനം മംഗല്ല്യസൂത്രം അവൾ കളഞ്ഞുകുളിച്ചു.'

'അല്ല. ഒരു സ്ത്രീ താലി കെട്ടിയ ഭർത്താവിനോട് പുലർത്തേണ്ട വിശ്വാസ്യതയ്ക്ക് ഞങ്ങൾ ആ പേരു പറഞ്ഞു വിളിക്കുന്നു. പതിവ്രത കളായ സ്ത്രീകളെ ഞങ്ങൾ ഈശ്വരതുല്യം ആരാധിക്കുന്നു. അവർ സ്ത്രീകളല്ല സ്ത്രീരത്നങ്ങളാണ്.

സംഗതി അവർക്ക് ഏറെക്കുറെ മനസ്സിലായെന്നു തോന്നുന്നു.

'വിവാഹിതയായ ഒരു സ്ത്രീ മറ്റൊരാളുമായി ശാരീരികബന്ധം പുലർത്തിയാൽ അവളുടെ പാതിവ്രത്യം നഷ്ടപ്പെടുമെന്നാണ് വെപ്പ് അല്ലേ?'

'യെസ് യൂ ആർ റൈറ്റ് !..'

'സീത രാവണനുമായി ശാരീരിക ബന്ധം പുലർത്തിയെന്ന് രാമൻ സംശയിച്ചു.'

'അതെ. അവരോട് അഗ്നിപരീക്ഷണത്തിന് തയ്യാറാവണമെന്ന് രാമൻ ആവശ്യപ്പെട്ടു. ഒരു മടിയുംകൂടാതെ സീത അതിനു തയ്യാറായി. അഗ്നികുണ്ഡത്തിലിറങ്ങി നടന്ന, അവർക്ക്, യാതൊരു പോറലും ഏൽക്കുകയുണ്ടായില്ല.'

'ഇപ്പോഴും ഭാര്യമാരോട് ചാരിത്ര്യ ശങ്ക തോന്നിയാൽ ഭർത്താക്ക ന്മാർ അവരോട് തീയിലിറങ്ങി നടക്കാൻ പറയാറുണ്ടോ?'

'വർഷങ്ങൾ കഴിയുംതോറും നാം സത്യത്തിൽ നിന്നും അകന്നു പോവുകയാണുചെയ്യുന്നത്. രാമനെപോലുള്ള ഭർത്താക്കന്മാരും സീതയെപ്പോലുള്ള ഭാര്യമാരും കലിയുഗത്തിൽ കാണാൻ വിഷമമാണ്.

പാരീസ്കാരിയുടെ നേത്രങ്ങൾ കൂടുതൽ ദീപ്തിമത്തായി. വല്ലാത്തൊരു ഭാവവിശേഷത്തോടെ അവൾ ആ കറുത്തു കുറുകിയ മനുഷ്യനെ ഉറ്റുനോക്കി.

'രാമനും സീതയുമൊക്കെ പണ്ട് ഈ വഴി സഞ്ചരിച്ചുകാണുമോ?'

'തീർച്ചയായും സഞ്ചരിച്ചുകാണും.'

വഴിയരികിലെ കുറ്റിക്കാട്ടുകൾക്കു സമീപം സ്വൈര്യവിഹാരം നടത്തുന്ന ആൺമയിലുകൾ പീലിവിടർത്തി നൃത്തമാടി.

സീതാരാം സീതാരാം

രാമ രാമ ജയസീതാരാം

മരച്ചില്ലകളിലിരുന്ന് പക്ഷികൾ നാമം ജപിക്കുന്നു...

പുകവണ്ടി രാമേശ്വരം ലക്ഷ്യമാക്കി നീങ്ങുകയാണ്.

അവളുടെ കണ്ണുകളിൽ രണ്ടുബാഷ്പകണങ്ങൾ! അതെന്തിന്റെ സൂചനയാവാം?....

ത്രേതായുഗം

ഗോസ്വാമി യുഗങ്ങളെ കുറിച്ച് വിവരിച്ചു കേൾപ്പിച്ചു. ഇപ്പോൾ കലിയുഗമാണ്. ഇതിനുമുമ്പ് ദ്വാപരയുഗമായിരുന്നു. മഹാഭാരതകഥ നടന്നത് അപ്പോഴാണ്. അതിനും മുമ്പ് ത്രേതായുഗം. രാമനും സീതയും ജീവിച്ചിരുന്നത് ത്രേതായുഗത്തിലാണെന്ന് വിശ്വസിക്കപ്പെടുന്നു. വ്യാസൻ മഹാഭാരതത്തിൽ രാമായണത്തെ കുറിച്ചു പറയുന്ന ഭാഗങ്ങളുണ്ട്.

തമിഴ് കവിഞ്ജർ തിരുവള്ളുവർ പാടി:
മണ്ണാണ്ടോർ കോടി കോടി
മനയാണ്ടോർ കോടി കോടി
ഇനിയാൾവോർ കോടി കോടി
ഒന്നും ശാശ്വതമല്ല.

ഭാരതീയരെ സംബന്ധിച്ച് ശാശ്വതമായത് ഒന്നുമാത്രം. അവരുടെ ആദ്ധ്യാത്മിക പാരമ്പര്യം. പ്രളയം വന്നാലും ഇളക്കമില്ലാതെ നിലകൊള്ളുന്ന മഹാക്ഷേത്രങ്ങൾ. മഴക്കാലത്തു പൊടിയുന്ന പ്രാണികൾ പോലെ ഭൂമിയിൽ വീണ്ടും വീണ്ടും മനുഷ്യൻ പിറവിയെടുക്കുന്നു. മഹാക്ഷേത്രങ്ങളെ ചുറ്റിപ്പറ്റിയുള്ള ആധ്യാത്മിക പാരമ്പര്യത്തിൽ നിന്ന് ദീപശിഖ കൊളുത്തി അവയെ മാതൃകയാക്കി സ്വന്തം ജീവിതം കെട്ടിപ്പടുക്കുന്നു. കലകളും സംഗീതവും ആ സംസ്കാരധാരയിൽ നിന്നുണ്ടായതാണ്.

അലക്സും സോഫിയയും കന്യാകുമാരിയും കോവളവും സന്ദർശിച്ചു മടങ്ങുന്നവരാണ്. രാമേശ്വരത്ത് സമുദ്രത്തിനുമുകളിലൂടെ- പാമ്പൻ പാലം - ട്രെയിൻ പോകുന്നതും ആ പാലം കപ്പൽ വരുമ്പോൾ

രണ്ടായി പിളരുന്നതും വീണ്ടു കൂടിച്ചേരുന്നതുമൊക്കെ കാണാനായിരുന്ന മോഹം. ഇന്ത്യ മഹാക്ഷേത്രങ്ങളുടെയും ഉത്സവങ്ങളുടെയും നാടാണെന്ന് അറിയാം. രാമേശ്വരത്തെക്കുറിച്ച് കൂടുതലായൊന്നും അവർക്കറിയില്ല.

എന്നാലിപ്പോൾ ഗൈഡ് ഗോസ്വാമിയുടെ വിവരണത്തിൽ നിന്ന് മറ്റു പലതും രാമേശ്വരത്ത് കാണുവാനും മനസ്സിലാക്കാനും ഉണ്ടെന്നറിഞ്ഞു.

ട്രെയിൻ മണ്ഡപം സ്റ്റേഷൻ പിന്നിട്ടു. പതുക്കെയാണ് നീങ്ങുന്നത്.

'വേർ ഈസ് ദ ബ്രിഡ്ജ് എക്രോസ് ദ സീ?'

'ഇറ്റ് ഈസ് ടു കിലോമീറ്റർ ഫ്രം ഹിയർ'

ഇരുഭാഗത്തും ആർത്തിരമ്പുന്ന സമുദ്രം. ട്രെയിൻ മെല്ലെ നീങ്ങിക്കൊണ്ടിരുന്നു. എഞ്ചിൻ പാമ്പൻ പാലത്തിനു മുകളിലെത്തി. ഉപ്പുരസമുള്ള കടൽക്കാറ്റ്. പാരീസ്കാരി ഒരു കുട്ടിയുടെ ആഹ്ലാദത്തോടെ രണ്ടു ജനലിനടുത്തേക്കും ഓടിപാഞ്ഞുനോക്കികൊണ്ടിരുന്നു. രാമേശ്വരം ഏതാണ്ട് ഒരു ശംഖിന്റെ ആകൃതിയിൽ നാലുപുറവും സമുദ്രത്താൽ ചുറ്റപ്പെട്ടു കിടക്കുന്ന ദ്വീപാണ്.

കടലിൽ ദൂരെ പത്തേമാരികളും ബോട്ടുകളും കണ്ടു ചക്രവാളച്ചെരുവിൽ ഒരു കപ്പലിൽ നിന്നു ഗമിക്കുന്ന പുക. പാലം കെട്ടിയ ഇടത്ത് ആഴം കുറവാണ്. കറുത്ത പാറകല്ലുകളിൽ തിരമാലകൾ വന്നടിച്ച് നുര ചിന്നിച്ചിതറിപ്പോകുന്നു. നോക്കിയാൽ അറ്റം കാണാത്ത പാലം. നൂറ്റിനാൽപത്തിയെട്ടോളം കാലുകൾ അവൾ എണ്ണി.

ഓ ഇനിയുമുണ്ട്. കപ്പൽ കടക്കേണ്ട മാർഗ്ഗമെത്തുമ്പോൾ കടലിൽ ആഴം വർദ്ധിക്കുന്നു. കപ്പൽ വരുമ്പോൾ പാലം രണ്ടായി പിളർന്ന് വഴിയൊരുക്കും. ബ്രിട്ടീഷുകാരുടെ കാലത്ത് നിർമ്മിച്ച പാലമാണ്.

ട്രെയിൻ രാമേശ്വരം സ്റ്റേഷനിൽ നിന്നു. ധനുഷ്കോടി വെള്ളത്തിലായതിനുശേഷം വണ്ടിയങ്ങോട്ട് ഓട്ടമില്ല. സൈക്കിൾ റിക്ഷകൾ തീർത്ഥയാത്രക്കാരെ കയറ്റിപാഞ്ഞു. ഗോസ്വാമിയും വിദേശ ടൂറിസ്റ്റുകളും സ്റ്റേഷന്റെ പുറത്തുകടന്നതും ഒരു പ്രായമായ സ്ത്രീ അവിടുത്തെ മണ്ണ് തൊട്ട് ശിരസ്സിൽ വെക്കുന്നത് കണ്ട് പാരീസ്കാരി ചോദിച്ചു.

'അവരെന്താണു ചെയ്യുന്നത്?'

'ഈ ദ്വീപിലെ മണ്ണ് പരിശുദ്ധമെന്നു കരുതി നമസ്കരിച്ചതാണ്.'

രാമേശ്വരത്തെ പ്രധാന പ്രതിഷ്ഠ മണ്ണുകൊണ്ട് സീത നിർമ്മിച്ചതാകയാൽ ആ മണ്ണിനോടുള്ള ആദരസൂചകമായിട്ട് ഭൂമിയിൽ കലപ്പകൊണ്ട് ഉഴാറില്ലത്രേ... (പഴയ വിശ്വാസം.)

മൂവരും ഓട്ടോറിക്ഷയിൽ കയറി ഗോസ്വാമി ഭേദപ്പെട്ട ചില ലോഡ്ജുകളുടെ പേർ പറഞ്ഞു. അവിടെല്ലാം ഹൗസ്ഫുൾ ആണ്. അവസാനം 'ഗന്ധമാദന' പർവ്വതത്തിലേക്ക് പോകുന്ന വഴിയിൽ ഒരു ലോഡ്ജ് ഏർപ്പാടുചെയ്തു. മൂന്നാം നില പണി പൂർത്തിയായിട്ടില്ല. ഒന്നും രണ്ടു നിലയിലെ മുറികൾ വാടകയ്ക്കു കൊടുക്കുന്നു. വിദേശികൾക്ക് സ്ഥലം ഇഷ്ടപെട്ടെന്നു തോന്നുന്നു. ക്യാമറയും ബൈനോക്കുലറുമെടുത്ത് വിഹഗവീക്ഷണം നടത്തി. സോഫിയ ദൂരക്കാഴ്ചകൾ നോക്കി ആസ്വദിക്കാനാണു താൽപ്പര്യം കാണിച്ചത്.

ഗോസ്വാമി, പിന്നീടു വരാമെന്നു പറഞ്ഞ്, പിരിഞ്ഞു. അയാൾ പത്തടി നടന്നില്ല. പാരീസ്കാരി തിരികെ വിളിച്ചു.

ഗോസ്വാമി ഓടിവന്നു.

'നിങ്ങൾ എവിടെയാണു താമസം?'

അവിടെ നിന്നു നോക്കിയാൽ കാണാവുന്ന അകലത്തിൽ മണൽപ്രദേശത്ത് വരിയായി കെട്ടിയിട്ട ഓലമേഞ്ഞ ഷെഡ്ഡുകളുണ്ടായിരുന്നു. അവയിലൊന്നിലാണ് താൻ പാർക്കുന്നതെന്ന് ഗോസ്വാമി പറഞ്ഞു.

വീട്ടിലാരെല്ലാമുണ്ടെന്ന് അവൾ ചോദിച്ചു.

താൻ തനിച്ചാണെന്ന് ഗോസ്വാമി പറഞ്ഞു.

'നിങ്ങൾ വിവാഹം കഴിച്ചില്ലേ?'

അയാൾ ഇല്ലെന്ന് തലയാട്ടി.

'നിങ്ങളുടെ അച്ഛനമ്മമാരൊക്കെ എവിടെയാ?'

'ആയിരത്തിതൊള്ളായിരത്തി അറുപത്തിനാലിലെ പ്രകൃതിക്ഷോഭത്തിൽ അവരെല്ലാം മരിച്ചുപോയി. ഞാനന്ന് രാമേശ്വരത്തായതുകൊണ്ട് രക്ഷപ്പെട്ടു.'

ഗോസ്വാമിയുടെ മുഖം കരയുന്ന മട്ടുണ്ടായിരുന്നു. അയാൾക്ക് അച്ഛനമ്മമാരെയും അനിയത്തിയേയും ഓർമ്മവന്നു.

'അയാം വെരി സോറി' അയാളെ വേദനിപ്പിച്ചതിൽ അവൾ മാപ്പു പറഞ്ഞു.

അലക്സ് മനോഹരമായ ഒരു കാഴ്ച കാണാൻ അവളെ വിളിച്ചു.

'സോഫിയാ.. സീ.. എ ബ്യൂട്ടിഫുൾ സൈറ്റ് ...'

എന്തോ ആലോചനയിൽ ലയിച്ചു നിൽക്കുന്ന ഗോസ്വാമിയെ ഉറ്റുനോക്കി നിൽപ്പായിരുന്ന അവൾ ആ വിളി ചെവിക്കൊണ്ടില്ല.

'വാട്ട് ആർ യൂ ഡൂയിംഗ് ദേർ?' അലക്സ് വീണ്ടു വിളിച്ചു.

അവൾ ഞെട്ടിയുണർന്നു: 'യെസ് യെസ് കമിംഗ്''

സ്വപ്നാവസ്ഥയിലെന്നവണ്ണം അവൾ നടന്നു.

അഗ്നിതീർത്ഥം

ഗോസ്വാമി ഊണുകഴിക്കാൻ പോകുന്ന വഴിക്ക് പക്ഷിശാസ്ത്രിയെ കണ്ടു പക്ഷിക്ക് ഇന്ന് ഇരയൊന്നും പിടിച്ചുകൊടുക്കാൻ കഴിഞ്ഞില്ല. താൻ മാത്രമല്ല മൂന്നു നാലു ഏജന്റുകൾ വേറെയും ശാസ്ത്രികൾക്കുണ്ട്.

'എന്ന സമാചാരം?' ശാസ്ത്രികൾ തിരക്കി.

പാർട്ടി ലോഡ്ജിലാണെന്ന് അയാൾ ധരിച്ചുകാണും.

'നമ്മ കയ്യിലെ ഒന്നും ഒത്തുവരലെ.'

അവർ ഇന്നു രാത്രി വണ്ടിക്കുതന്നെ മടങ്ങുമോ? ഒമ്പതേകാലിനാണു കോയമ്പത്തൂർ എക്സ്പ്രസ്സ്. തനിക്കും അതിൽ കേറി മധുരയ്ക്കു പോകണം. നാളെ പുതിയ വല്ല തീർത്ഥയാത്രക്കാരേയും പിടികൂടണം.

'കാശെതാവത് വേണുമാ?' പക്ഷിശാസ്ത്രികൾ ചോദിച്ചു.

'അഞ്ചുരൂപ കൊടുങ്കോ. ശാപ്പിട്ടുവാറേൻ.'

ശാസ്ത്രി അഞ്ചുരൂപ കടം തന്നു. ഹോട്ടലിൽ പോയി ചോറുണ്ടു തിരിച്ചുവരുമ്പോൾ വിദേശികൾ ഊണും വിശ്രമവും കഴിഞ്ഞുകാത്തു നിൽക്കുകയാണ്.

ഗന്ധമാദന പർവ്വതത്തിലുള്ള ശ്രീരാമപാദം സന്ദർശിക്കുവാനായി ടൂറിസ്റ്റുകളും തീർത്ഥയാത്രക്കാരും വന്നും പോയുമിരിക്കുന്നു. ഗോസ്വാമി സൈക്കിൾ റിക്ഷയിൽ അവരെ കൊണ്ടുപോകാൻ ഏർപ്പാടുചെയ്തു. മോശമായ റോഡാണ്. പോരാത്തതിന് കയറ്റവും.

പാവപ്പെട്ടവരുടെ കുടിലുകൾക്കു മുമ്പിൽ കീറിപ്പറിഞ്ഞ ഉടുപ്പുകൾ ധരിച്ച കുട്ടികൾ വഴിയാത്രക്കാരെ മിഴിച്ചു നോക്കിനിൽക്കുന്നു.

ഗംഗാനദിക്കരയിൽ താമസിക്കുന്നവർ അതിൽ നിത്യവും മുങ്ങി ക്കുളിക്കാറില്ലത്രേ..പുറമേ നിന്നുവരുന്നവർ ഗംഗയുടെ മഹത്വമറിയു ന്നു. ഇവിടെ ജനിച്ചുവളർന്നുവന്നവർക്ക് അതിൽ ഒരു പുതുമയുമില്ല. വൈകുന്നേരം അടുപ്പു പുകയാൻ എന്താണു വഴി? അതാണവരുടെ ചിന്ത.

ഗോസ്വാമി അവർക്കൊപ്പം വേഗത്തിൽ നടന്നെത്തി പാറപ്പുറത്തു ള്ള സ്ഥിതിചെയ്യുന്ന മണ്ഡപം. ഏതാനും പടവുകൾ കയറി മുകളിൽ പോകാം.

'ഹനുമാൻ സമുദ്രം ചാടിക്കടക്കും മുമ്പ് ഈ പർവ്വതമുകളിൽ നിന്നാണ് ലങ്കയെ വീക്ഷിച്ചതെന്നു പറയപ്പെടുന്നു.'

'ഐ സീ' !.

അത്ര വലിയ പർവ്വതമൊന്നും ആയിരുന്നില്ല. എന്നാൽ അങ്ങോ ട്ടുള്ള വഴി മുഴുവൻ കയറ്റമാണ്. അതിനാൽ ഉയരം തോന്നുന്നതാവാം. അവിടെ നിന്നു നോക്കിയാൽ രാമേശ്വരം മുഴുവൻ അതിമനോഹര മായി കാണാം.

ചക്രാകൃതിയിലുള്ള ഒരു ശിലയിൽ രാമപാദം കൊത്തിവെക്കപ്പെ ട്ടിരുന്നു. പൂജാരി അതിനടുത്തിരുന്ന് തീർത്ഥയാത്രക്കാർ കൊണ്ടുവരു ന്ന നാളികേരമുടച്ച് അർച്ചന ചെയ്തു കൊടുക്കുന്നു. എല്ലാവരും ചെയ്തു മ്പോലെ വിദേശികളും ചുറ്റും പ്രദക്ഷിണം വച്ചു. കർപ്പൂരം ഉഴിഞ്ഞു. താലത്തിൽ ദക്ഷിണയിട്ടു.

അലക്സ് അവളെ ചില കോണുകളിൽ നിറുത്തി ക്യാമറ ക്ലി ക്കുചെയ്തു.

'സോഫിയാ... പ്ലീസ് സ്മൈൽ..'

അവൾ അയാൾക്കുവേണ്ടി പുഞ്ചിരിച്ചു. പക്ഷേ അതൊരു പുഞ്ചി രിയല്ലായിരുന്നു.

അവൾ അയാളിൽ നിന്ന് പെട്ടെന്ന് ക്യാമറ വാങ്ങി. ഗോസ്വാ മിയുടെ നേർക്ക് ക്യാമറ ഫോക്കസ്സ് ചെയ്തു ക്ലിക്ക് ചെയ്തു. തന്റെ ഫോട്ടോ എടുക്കാനാവുമെന്നു കരുതിയ അലക്സ് ഇളിഭ്യനായി.

താഴത്തിറങ്ങി വന്ന് റിക്ഷയിൽ കയറി. റിക്ഷാക്കാരനറിയാം ഇനി എവിടേക്കാണു കൊണ്ടുപോകേണ്ടതെന്ന്. നിങ്ങളെത്തുമ്പോ ഴേക്കും ഞാനും അവിടെ എത്തിക്കോളാമെന്നു ഗോസ്വാമി പറഞ്ഞു.

അയാൾ ഏതെല്ലാമോ ഊടുവഴിയിലൂടെ പാഞ്ഞ് അവർ അമ്പലന ടയിലെത്തുമ്പോഴേക്കും അവിടെ കാത്തുനിന്നു.

'ഇനി നമ്മൾ എങ്ങോട്ടാണു പോകേണ്ടത്?'

'ക്ഷേത്രത്തിലെ പ്രധാന കവാടത്തിൽ നിന്നും നൂറു മീറ്റർ അകലെയാണു സമുദ്രം. ഈ പ്രദേശത്തെ കടൽ ജലം അഗ്നി തീർത്ഥം എന്നറിയപ്പെടുന്നു.'

കടലിന്നഭിമുഖമായി കിഴക്കുനോക്കിയാണ് രാമേശ്വരം ക്ഷേത്രം സ്ഥിതി ചെയ്യുന്നത്. കടലും അമ്പലത്തിന്റെ പ്രധാന ഗോപുരവുമായി വലിയ അകൽച്ചയില്ല. കേരളത്തിലെ ക്ഷേത്രങ്ങൾക്കു മുമ്പിലുള്ള ക്ഷേത്രക്കുളം പോലെയാണു അവിടെ കടൽ. സ്വതവേ അവിടെ കടലിന് ആഴം കുറവായിരുന്നു. തിരകളും കുറവാണ്. എത്രപേർക്കു വേണമെങ്കിലും ഇറങ്ങി സമുദ്ര സ്നാനം ചെയ്യാം.

സീതാദേവി അഗ്നിപ്രവേശനത്തിന് തയ്യാറായത് അവിടെവെച്ചാണ്. ആ പ്രദേശത്തെ കടലിലെ വെള്ളം അഗ്നി തീർത്ഥമായി അറിയപ്പെടുന്നു.

സ്ത്രീ-പുരുഷന്മാർ ഇടകലർന്ന് സമുദ്ര സ്നാനം ചെയ്യുന്നു.

കുട്ടികൾ ചാടിപുളയ്ക്കുന്നു. കടൽത്തിരകളെ കണ്ട് ഭീതി പൂണ്ടവർ പരസ്പരം കൈകോർത്തു പിടിച്ച് തിര വരുമ്പോൾ തല കുനിച്ചുകൊടുക്കുകയാണ്. വൃദ്ധകളും വൃദ്ധന്മാരും മക്കളുടെ സഹായത്തോടെ ആ അഗ്നി തീർത്ഥത്തിൽ മുങ്ങി നിവരുന്നു. നവവധൂവരന്മാർ പരസ്പരം വെള്ളം തെറിപ്പിച്ചു കളിച്ചു. ഉപ്പുരസമുള്ള കാറ്റ് എല്ലാവരേയും തഴുകി.

പാരീസ്കാരിയും അവളുടെ കൂടെവന്ന ആളും സമുദ്രസ്നാനം ചെയ്തു.

കടൽക്കരയിൽ പുരോഹിതന്മാർക്കുചുറ്റും ബലി കർമ്മങ്ങൾ നടക്കുന്നു. കടലിൽ മുങ്ങി ഈറനോടെ മണലിൽ ഇരിക്കുന്ന അവർ ശാസ്ത്രികൾ പറയുന്ന മന്ത്രം ഏറ്റുപറഞ്ഞ് പിതൃക്കൾക്ക് തിലോദകം അർപ്പിച്ചു. കാക്കകൾ അരിമണികൾ കൊത്തിപ്പെറുക്കി.

ഗോസ്വാമി അവരെ അമ്പലം കാണിക്കാൻ കൂട്ടിക്കൊണ്ടുപോയി. ചില ആളുകൾ സമുദ്ര സ്നാനം ചെയ്ത് തലപോലും തോർത്താതെ ഈറനോടെ അമ്പലത്തിലേക്ക് കൂട്ടത്തോടെ ഓടുന്നതു കണ്ടു ക്ഷേത്രത്തിനകത്ത് ഇരുപത്തിരണ്ടുതീർത്ഥങ്ങളുണ്ട്. ഓരോ തീർത്ഥങ്ങളുടെയും അടുത്തേക്ക് ഓരോ സംഘത്തെ നയിച്ചു കൊണ്ടുപോകാൻ ഏജന്റുമാരും, അവരുടെയെല്ലാം കൈകളിൽ കയർ കെട്ടിയ ബക്കറ്റും ഉണ്ട്. ഒരു ടിക്കറ്റെടുത്താൽ മതി എല്ലാ തീർത്ഥങ്ങളിലും കുളിക്കാം.

നീല ഷർട്ടും ചുവന്ന താർത്തുമാണ് ഏജന്റുമാരുടെ വേഷം. അവർ തീർത്ഥക്കിണറിന്റെ മതിലിൽ കേറിനിന്ന് ദ്രുതഗതിയിൽ വെള്ളം മുക്കി മുക്കി ഒഴിക്കുന്നു. ആൾക്കാരുടെ തലയൊന്നും നോക്കുന്നില്ല. വെള്ളം വീഴുന്നതിനനുസരിച്ച് ഓരോരുത്തരും തല കാണിച്ചു കൊള്ളണം. ചിലപ്പോൾ ഒരു ബക്കറ്റ് വെള്ളം നാലുപേരുടെ ശിരസ്സിലായി ഒഴിച്ചു കളയും. അതുപോരെന്ന മട്ടിൽ ഭക്തന്മാർ വീണ്ടും

വീണ്ടും തല കാണിച്ചുകൊടുക്കുന്നു.

'പോതും വിലക് വിലക്, അടുത്ത ആൾ വരട്ടും'

എട്ടു പത്തു പേരടങ്ങുന്ന ആ സംഘത്തേയും കൂട്ടി അവൻ അടുത്ത

തീർത്ഥത്തിന്റെ സമീപത്തേക്ക് ഓട്ടമാരംഭിക്കയായി. അയാളുടെ പിറകെ ഈറൻ ഒലിപ്പിച്ചുകൊണ്ട് ആൾക്കൂട്ടവും ഓടും.

മഹാലക്ഷ്മി തീർത്ഥം, സാവിത്രി തീർത്ഥം, ഗായത്രി തീർത്ഥം, സരസ്വതി തീർത്ഥം, ... അങ്ങനെ നീണ്ടുപോകുന്നു പട്ടിക. കോടി തീർത്ഥമാണ് ഒടുവിലത്തേത്. തീർത്ഥയാത്രക്കാർ കോടി തീർത്ഥം വീട്ടിൽ കൊണ്ടുപോയി സൂക്ഷിക്കാറുണ്ട്. മരണസമയത്ത് രാമേശ്വരത്തെ കോടിതീർത്ഥം വായിലൊഴിച്ചുകൊടുക്കുന്നത് ശ്രേഷ്ഠമായി ഹിന്ദുക്കൾ കരുതപ്പെടുന്നു.

പാരീസ്കാരിക്ക് ഓടിക്കളി നല്ല രസകരമായി തോന്നി. ഗോസ്വാമി തന്നാലാവും വിധം ആ തീർത്ഥങ്ങളുടെ സവിശേഷത വിശദീകരിച്ചു.

ക്ഷേത്രത്തിനു പുറത്തു എങ്ങു നോക്കിയാലും ഉപ്പുവെള്ളമാണ്.

അമ്പലത്തിനകത്തെ തീർത്ഥങ്ങളാവട്ടെ നിർമ്മലവും.

കല്ലിൽ കവിത രചിച്ചതുപോലെയുള്ള ശിൽപ്പങ്ങൾ നോക്കി അവർ അതിശയം കൂറി. പൊക്കമേറിയ നന്ദി വിഗ്രഹം കണ്ടു പ്രധാന പ്രതിഷ്ഠയുടെ മുമ്പിൽ കൈകൂപ്പി വണങ്ങി. സഹസ്രാബ്ദങ്ങൾക്കുമുമ്പ് സീത പ്രതിഷ്ഠിച്ച വിഗ്രഹമായിരുന്നു അവളെ ഏറെ ആകർഷിച്ചത്. ഹനുമാൻ ശിവലിംഗവുമായി മുഹൂർത്തസമയത്ത് എത്താൻ താമസിച്ചപ്പോൾ സീതാദേവി സ്വയം സ്വന്തം കൈകളാൽ മണൽ ഉപയോഗിച്ച് ഒരു ശിവലിംഗം നിർമ്മിച്ചു. അതവിടെ ഉറച്ചുപോയി.

ശിൽപ്പങ്ങൾ കൊത്തിയ സ്തൂപങ്ങളുടെ മുമ്പിൽ ഏറെനേരം ചിലവഴിച്ചു. രണ്ടുഭാഗങ്ങളും കരിങ്കല്ലിന്റെ ഭിത്തികളും മുകളിൽ കട്ടിയുള്ള കരിങ്കൽപാളി കൊണ്ടുമേഞ്ഞ മേൽപ്പുരയും കാണേണ്ടതുതന്നെ. രണ്ടുവരിയായി മേൽപ്പുരയെ താങ്ങിക്കൊണ്ടുനിൽക്കുന്ന

ഭീമാകാരമാർന്ന തൂണുകളുള്ള മൂന്നാമത്തെ പ്രാകാരത്തിലെ ഇടനാഴി ലോകത്തിലെ ഏറ്റവും വലിയ ഇടനാഴിയാണ്.

രാത്രി ഏഴുമണിയോടെ അവർ പുറത്തിറങ്ങി. കിഴക്കും പടിഞ്ഞാറും രണ്ടുഗോപുരങ്ങളുണ്ട്. പടിഞ്ഞാറെ ഗോപുരത്തിന്റെ പ്രവേശനകവാടത്തിൽ നിറയെ കടകളുണ്ടായിരുന്നു. അലക്സ് ചിലതൊക്കെ വാങ്ങി.

അവൾക്കിഷ്ടപ്പെട്ടത് ഓംകാര മന്ത്രമുരുവിടുന്ന ശംഖാണ്.

'ഇന്നു രാത്രി വണ്ടിക്ക് നിങ്ങൾ പോകുമോ?' ഗോസ്വാമി ചോദിച്ചു.

'എത്ര മണിക്കാണ് ട്രെയിൻ?'

'ഒമ്പതേകാലിന്.'

'ഇനി ഇവിടെ കാണാനൊന്നുമില്ല. നമുക്കിന്നു രാത്രി പോകാമല്ലേ?'

അവൾ പെട്ടെന്നു മറുപടി പറഞ്ഞില്ല. എന്തോ ആലോചിച്ചു നിന്നു.

'സോഫിയാ നമുക്കിന്നു മടങ്ങാമല്ലേ?'

'ഇല്ല. ഇന്നു രാത്രി ഇവിടെ തങ്ങാം.'

അവൾക്കു പോകാൻ മനസ്സില്ലെന്നറിഞ്ഞു ഗോസ്വാമി പറഞ്ഞു:

'നാളെ നിങ്ങൾക്ക് ധനുഷ്ക്കോടി കാണാം.'

'എവിടെയാണ് ആ സ്ഥലം?'

'പതിനെട്ടു കിലോമീറ്റർ അകലെ.'

'അവിടെ എന്തുണ്ട്?'

'ചില അവശിഷ്ടങ്ങളും കോദണ്ഡരാമക്ഷേത്രവും കാണാം.'

'നമുക്ക് ആ സ്ഥലം കാണണം.'

അവൾ പറഞ്ഞു.

'നിന്റെ ഇഷ്ടം പോലെ.'

അയാൾ മറുത്തു പറഞ്ഞില്ല.

നിശാക്ലബിലെ സുന്ദരി

അലക്സ് സ്വന്തം ശരീരത്തിൽ മയക്കമരുന്ന് കുത്തിവച്ച് നിദ്രയ്ക്കധീനനായി. അവൾക്കും വേണമെങ്കിൽ വല്ല ലഹരി പദാർത്ഥവും കഴിച്ച് അബോധാവസ്ഥയിൽ കിടക്കാമായിരുന്നു. പക്ഷേ അന്നവളെന്തോ ലഹരി പദാർത്ഥം ബോധപൂർവ്വം ഒഴിവാക്കി.

ഈ പുണ്യഭൂമിയിൽ വന്നിട്ട് അരുതാത്തതു ചെയ്യുന്നതിൽ നിന്നു ആരോ അവളെ വിലക്കി. നിർവ്വചിക്കാൻ വയ്യാത്ത എന്തോ ഉൾപ്രേരണയ്ക്ക് അവൾ വശംവദയായി. സ്വന്തം ശരീരത്തെ വെറുപ്പോടെ അവൾ വീക്ഷിച്ചു. താൻ സുന്ദരിയാണെന്ന് എല്ലാവരും പറയുന്നു. പാരീസിലുണ്ടാവുമ്പോൾ നിശാക്ലബുകളിലൊന്നിൽ നർത്തകി യായിരുന്നു. ആവശ്യത്തിനുമാത്രം നഗ്നത മറച്ചുകൊണ്ട് അരണ്ട വെളിച്ചത്തിൽ കുടിച്ചു കൂത്താടി ഒരു സ്വർണ്ണസർപ്പം പോലെ മുടി പറത്തി വളഞ്ഞു പുളഞ്ഞു നൃത്തമാടി.

'റീച്ച് മീ ഐ വാണ്ട് യുവർ ബോഡി...'

ലഹരി കയറിയ ആബാലവൃദ്ധം ജനങ്ങളും ഏറ്റുപാടി. എല്ലാവരുടെ കൈകളിലും മദ്യക്കുപ്പികൾ.

'കിസ്സ് മീ ഐ വാണ്ട് യുവർ ബോഡി...'

ചിലർ താളത്തിനൊത്ത് നൃത്തം ചവിട്ടി. ചുവടുറയ്ക്കാത്ത കാൽ വെയ്പ്പുകൾ.

വെസ്റ്റേൺ മ്യൂസിക്ക് മുറുകുന്നു. ബാറിലെ കൗണ്ടറിൽ പണം കുമിഞ്ഞു കൂടുന്നു. മദ്യകുപ്പികൾ ചൂടപ്പം പോലെ വിറ്റഴിഞ്ഞു.

മന:സമാധാനം നഷ്ടപ്പെട്ട് സുഖം വിലകൊടുത്ത് വാങ്ങാനെത്തുന്നവർ. ഏതോ മിഥ്യാധാരണയ്ക്ക് വശംവദരായി നിശാക്ലബിലെ സുന്ദരിമാരുടെ തലോടലും കടാക്ഷവും കാംക്ഷിച്ച് ഓടിയെത്തുന്നവർ...

ഇവിടത്തെ കാറ്റേറ്റകഴിഞ്ഞപ്പോൾ എത്ര പാപപങ്കിലമായ ജീവിതമാണ താനവിടെ നയിച്ചതെന്ന് ബോധ്യം വരുന്നു.

ഭാരതം പുണ്യഭൂമിയാണ്. ഇവിടെ ജീവിക്കാൻ കഴിയുന്നവർ അതിഭാഗ്യവാന്മാർ. ജീവിതത്തിന് ഒരർത്ഥമുണ്ട്. ചിട്ടയുണ്ട്. ഈശ്വര വിശ്വാസത്തിലധിഷ്ഠിതമായ കുടുംബബന്ധങ്ങൾ.

അവൾ പൊട്ടിക്കരഞ്ഞു.

എനിക്കെല്ലാം നഷ്ടപ്പെട്ടു. ഭാരത സ്ത്രീകൾ വിലമതിക്കുന്ന ആ 'ഒന്ന്'' ഞാൻ കളഞ്ഞുകുളിച്ചു. പുരുഷന്മാർ പന്തെടുത്തു കളിക്കുമ്പോലെ എന്നെ മാറി മാറി എടുത്തു കളിച്ചു. ഞാനവരുടെ കൈകളിലെ കളിപ്പാവ.

അവിടെ അതു നിത്യ സംഭവമാണ്. ഇവിടെ ഒരു സ്ത്രീ മറ്റൊരു

പുരുഷന്റെ കൂടെ പോയാൽ വാർത്തയാവും. അവിടെ അതൊരു വാർത്തയാവില്ല.

അലക്സുമായി പരിചയപ്പെടുംമുമ്പ് മൂന്നു യുവാക്കൾ തന്റെ ജീവിതത്തിലൂടെ കടന്നുപോയി. അലക്സ് നാലാമത്തെ ആളാണ്. നാട്ടിലെത്തിയതും അലക്സ് തന്നെ വിവാഹം കഴിക്കാമെന്നു പറയുന്നു. ചിലപ്പോൾ അവിടെത്തും മുമ്പേ തീരുമാനം മാറാനും മതി. അയാൾക്കു ഷർട്ടു മാറി ധരിക്കുമ്പോലെയാണു കാമുകിമാർ. ഇതിനുമുമ്പ് പലരേയും തുണക്കൂട്ടി ഊരുചുറ്റിയിട്ടുണ്ട്. 'ഗേൾ ഫ്രണ്ട്'' എന്ന ഓമനപ്പേരിലാണ് അതെല്ലാം. ശാരീരികവേഴ്ചക്ക് വിവാഹം കൂടിയേതീരു എന്നില്ല. അഥവാ വിവാഹം കഴിഞ്ഞാലും ആജീവനാന്തം അയാളുടെ കൂടെ ജീവിക്കണമെന്നുമില്ല.

ഒരു വിദേശവനിത വിവാഹമോചനത്തിന് കോടതിയിൽ പരാതി കൊടുത്തു. കാരണം ബോധിപ്പിച്ചത് ഇതാണ്: ഭർത്താവിന്റെ കൂർക്കംവലി നിമിത്തം എനിക്കുറങ്ങാൻ പറ്റുന്നില്ല.

ലക്ഷ്യബോധമില്ലാത്ത തലമുറ. കെട്ടുറപ്പില്ലാത്ത കുടുംബബന്ധങ്ങൾ. യന്ത്ര സംസ്കാരം വളർന്നു വളർന്നു മനുഷ്യനും ഒരു യന്ത്രം പോലെയായി. അർത്ഥം തേടി അലയുന്നവരിൽ ചിലർ പടിഞ്ഞാറൻ ദേശങ്ങളിൽ നിന്ന് കൂട്ടം കൂട്ടമായി ഭാരതത്തിലേക്ക് പ്രവഹിച്ചു. അവരുടെ ചുണ്ടുകളിൽ ഹരേ രാമ ഹരേ കൃഷ്ണാ മന്ത്രം.

രാമേശ്വരം അവളിൽ മാനസികമായ ഒരു പരിവർത്തനം സൃഷ്ടിച്ചിരുന്നു. എന്തുകൊണ്ടോ ആ പരിസരം വിട്ടുപോകാൻ അവൾ ഇഷ്ടപ്പെട്ടില്ല.

ഇവിടന്നു പോയാൽ താൻ വീണ്ടും അകപ്പെടുന്നത് ഏതു ലോകത്താണ്? മയക്കുമരുന്നുകളുടെ ലോകം. നിശാക്ലബുകളിൽ തുണി അഴച്ചിട്ടാടുന്ന സുന്ദരി. ഊതി വീർപ്പിച്ച ബലൂൺ പോലെ പുരുഷന്മാരുടെ പൊള്ളയായ സ്തുതി വാക്കുകൾ.

ഇന്ത്യയുടെ ആത്മാവ് അവരുടെ ആദ്ധ്യാത്മിക പാരമ്പര്യത്തിലാണ് സ്ഥിതിചെയ്യുന്നത്. നൂറുശതമാനവും ഭൗതിക ചിന്തയിലധിഷ്ഠിതമായ ജീവിത ദർശനമല്ല അവരുടേത്. യുഗപുരുഷനായ ഗാന്ധിജി ആദ്ധ്യാത്മികതയേയും ഭൗതികചിന്തയേയും സമന്വയിപ്പിച്ച് കാലാനുസൃതമായ മാറ്റം വരുത്തി.

ഹിന്ദു-ക്രിസ്ത്യൻ-മുസൽമാൻ തുടങ്ങിയവരുടെ മതദർശനങ്ങളെ ഒരേ കാഴ്ചപ്പാടിലൂടെ കണ്ടു എല്ലാവരേയും ഏകോദരസഹോദരങ്ങളെപ്പോലെ ജീവിക്കാൻ പഠിപ്പിച്ചു.

ഗോസ്വാമിയിൽ നിന്ന് ഇന്ത്യൻ സംസ്കാരത്തിന്റെ പ്രചോദനമുൾക്കൊണ്ട ആ വിദേശ വനിത സ്വയമറിയാതെ മറ്റൊരുവളായി മാറുകയായിരുന്നു.

പുല്ലാങ്കുഴലിന്റെ നാദം

അന്ന് പൗർണ്ണമി ദിനമായിരുന്നു. സൂര്യഗോളം കടലിൽ മറഞ്ഞതും ചന്ദ്രഗോളം മറ്റൊരു ദിക്കിലൂടെ ഉദിച്ചുപൊങ്ങി. നറുംനിലാവ് എല്ലാ വിളക്കുകളേയും നിഷ്പ്രഭമാക്കുന്ന ആകാശവിളക്ക്. കാമുകി-കാമുകന്മാരുടെ ഹൃദയത്തിൽ കുളിർ ചൊരിയുന്ന പാലൊളിച്ചന്ദ്രൻ!

രാമേശ്വരം നിദ്രയുടെ മടിത്തട്ടിൽ. കടൽത്തിരകളുടെ ഇടതടവില്ലാത്ത ഇരമ്പം നിശ്ശബ്ദതയെ ഭേദിച്ചുകൊണ്ടിരുന്നു. ആ തിരകൾ ഉരുവിടുന്ന മന്ത്രധ്വനി എന്തായിരിക്കാം? 'സീതാരാം സീതാരാം' എന്നായിരിക്കുമോ?

കടകൾക്കുമുമ്പിലും തെരുവിലുമെല്ലാം പലനിറങ്ങളിലുള്ള വൈദ്യുതി വിളക്കുകൾ. അവയ്ക്കുചുറ്റും ഈച്ചകളും പാറ്റകളും പാറിക്കളിച്ചു. രാത്രിയ്ക്ക് നല്ല തണുപ്പുണ്ടായിരുന്നു.

സോഫിയ ജനലഴികളിൽ പിടിച്ച് തുറന്ന ജനാലയിലൂടെ നിലാവിന്റെ ഭംഗി നോക്കിക്കൊണ്ടുണ്ടിരുന്നു. അലക്സ് അപ്പോഴും ഗാഢനിദ്രയിലായിരുന്നു.

എല്ലാ രാജ്യക്കാർക്കും ഒരേ നിലാവ്. എല്ലാവർക്കും ഒരേ സൂര്യവെളിച്ചം. എല്ലാവരേയും തഴുകുന്ന വായുവിന് ഒരു സ്വഭാവമേയുള്ളൂ. ഈശ്വരനും അതുപോലെ ആയിരുന്നിരിക്കണം. എല്ലാവരുടെ നേർക്കും ഒരേ മനോഭാവം. മഹാന്മാർ പറഞ്ഞുവച്ചതും അതല്ലേ? ദൈവം സ്നേഹമാണു കുട്ടീ..!

ഈ നിലാവ് പാരീസിലുണ്ടായിരുന്നു. അമേരിക്കയിലും റഷ്യയിലും കാണും. ഇവിടെ ഇന്ത്യയിൽ വന്നപ്പോഴും കാണുന്നു.

സർവ്വരാജ്യക്കാർക്കും സർവ്വ മതസ്ഥർക്കും സൂര്യനും ചന്ദ്രനും വായുവും ഒന്നാകുമ്പോൾ ഈശ്വരനും ഒന്നാവാനേ വഴിയുള്ളൂ.

സോഫിയയുടെ മനസ്സ് വളരെ വികാരതരളിതമായി.

മാനത്ത് ഞാൻ കാണുന്ന ഈ നിലാവ് അന്നും ഉണ്ടായിരുന്നിരിക്കണം. എനിക്കുംമുമ്പേ എത്രയോ പേർ കണ്ടിരിക്കണം.

റോമിയോയും ജൂലിയറ്റും കണ്ട നിലാവ്.

ലൈലാമജ്നു കണ്ട നിലാവ്.

ദേവദാസും പാർവ്വതിയും ദർശിച്ച നിലാവ്.

സുഹറയും മജീദും, പരീക്കുട്ടിയും കറുത്തമ്മയും അങ്ങനെ എത്രയോ പേരുടെ പ്രണയത്തിന് സാക്ഷ്യം വഹിച്ച നിലാവ്!

ഷേക്സ്പിയറും രവീന്ദ്രനാഥ ടാഗോറും പ്രേംചന്ദും ബഷീറും തകഴിയുമൊക്കെ ഈ നിലാവിന്റെ ഭംഗിയെക്കുറിച്ചു വർണ്ണിച്ചു. കവികൾക്കും കലാകാരന്മാർക്കും ശാസ്ത്രജ്ഞന്മാർക്കും ദേശാന്തര വ്യത്യാസമില്ലായിരുന്നു. അവർ മാനവരാശിയെ ഒന്നായി ദർശിച്ചു. പരസ്പരം ദ്വേഷിക്കാതെ സ്നേഹിക്കാൻ ഉദ്ബോധിപ്പിച്ച് ആ സമാധാനക്കിളികൾ പാടിപ്പറന്നുപോയി.

ഈശ്വരകാരുണ്യത്തിന് അവസാനമില്ല.

ആ മഹാന്മാരെല്ലാം ജീവിച്ച ലോകത്താണു താനും ജീവിക്കുന്നത്.

തിരമാലകൾ കരയിൽ വന്നടിയുന്നതിനു കണക്കുണ്ടോ?

മനുഷ്യത്തിരമാലകൾ!

കാലമാകുന്ന കടൽ കോടാനുകോടി മനുഷ്യത്തിരമാലകളെ സൃഷ്ടിച്ചു വിട്ടുകൊണ്ടിരിക്കുന്നു.

കുറച്ചകലെ ഗോസ്വാമി താമസിക്കുന്ന ഓലമേഞ്ഞ ആ ചാളയിലേക്ക് അവൾ വീക്ഷിച്ചു. ആ ചാളകളിൽ ഒന്നിൽ നിന്ന് ഒരു മനുഷ്യരൂപം ഇറങ്ങിവരുന്നതു അവൾ കണ്ടു. അയാൾ സാവകാശം നടന്ന് മണൽ പ്രദേശത്തെ, ഒരു തെങ്ങിനുതാഴെയുള്ള പാറക്കല്ലിൽ ഇരുന്നു. മടിയിൽ നിന്നെന്തോ സാധനമെടുത്ത് ചുണ്ടിൽവച്ചു. ഒരു പുല്ലാങ്കുഴലിന്റെ നാദം അവിടെ നിന്ന് ബഹിർഗമിച്ചു.

ശോകസാന്ദ്രമായ വേണുനാദം. കരളിനെ പിടിച്ചുലയ്ക്കുന്ന വശ്യശക്തിയുണ്ടായിരുന്നു ആ നാദത്തിന്. കാതോർത്തു നിൽക്കാൻ അവിടെ പൈക്കുട്ടമുണ്ടായിരുന്നില്ല. കാളിന്ദിയും രാധയുമുണ്ടായിരുന്നില്ല.

അയാൾ കൃഷ്ണനായിരുന്നില്ലല്ലോ.

വെറും ഗോപാലൻ മാത്രം. ഗോസ്വാമി എന്നറിയപ്പെടുന്ന ഗോപാൽ സ്വാമി.

അവൾ സ്വപ്നാടനക്കാരിയെപ്പോലെ വാതിൽ തുറന്ന് ലോഡ്ജിൽ നിന്നിറങ്ങി. മണൽപ്പരപ്പിലൂടെ മെല്ലെ നടന്നു. ഗോപാലന്റെ സമീപത്തായി ചെന്നു നിന്നു.

അയാൾ അവളെ കണ്ടില്ല. തന്നിൽ നിന്നും നിർഗ്ഗമിക്കുന്ന ആ വേണുനാദത്തിൽ അയാളും മതിമറന്നിരിക്കയാണെന്നുതോന്നി.

തെങ്ങോലകൾക്കു മുകളിൽ പ്രകാശിച്ചുകൊണ്ടിരിക്കുന്ന നിലാവ്. ഒരു മെച്ചിങ്ങയടർന്ന് താഴെ പതിച്ചപ്പോൾ ഗോസ്വാമി കണ്ണുതുറന്നു നോക്കി. മാലാഖയെപ്പോലൊരു സ്ത്രീരൂപം. മറ്റാരുമല്ല സോഫിയാ!

അയാൾ വേഗം എഴുന്നേറ്റു.

'ക്ഷമിക്കൂ, ഞാൻ നിങ്ങളെ കണ്ടില്ല.'

'സാരമില്ല. ഇരിക്കൂ മിസ്റ്റർ ഗോപാൽ.'

അയാൾ മണൽപ്പരപ്പിലിരുന്നു.

ഗോസ്വാമി പറഞ്ഞു:

'നിലാവുള്ള രാത്രികളിൽ എന്റെ ഹൃദയത്തിന് വല്ലാത്ത അസ്വസ്ഥത അനുഭവപ്പെടും. ഞാൻ ഏകനായി ഇവിടെ വന്നിരുന്ന് പുല്ലാങ്കുഴൽ വായിക്കുക പതിവാണ്.

'എനിക്കുറക്കം വരാതെ ജനലോരത്ത് നിൽപ്പായിരുന്നു. നിങ്ങളെ കണ്ട് വന്നതാണ്.'

'അലക്സ് സർ...'

'നല്ല ഉറക്കത്തിലാണ്. മയക്കമരുന്നു സേവിച്ചിട്ടുണ്ട്. ഇപ്പോഴൊന്നും ഉണരില്ല.'

'മേഡത്തിന് വല്ലതും ആവശ്യമായിട്ടു വന്നതാണോ?'

'എന്നുവച്ചാൽ...'

'രാത്രി ഈ സമയത്ത്...'

'എനിക്കാവശ്യമുള്ളത് തരാൻ നിങ്ങളുടെ പക്കലുണ്ടോ?'

'അതെന്താണെന്നറിയാതെ...'

അവൾ സംഭാഷണത്തിന്റെ ഗതി മാറ്റി.

'ആ പുല്ലാങ്കുഴലൊന്നു തരാമോ? ഞാനൂതി നോക്കട്ടെ.'

'വേണ്ട മാഡം. നിങ്ങളതിൽ ചുണ്ടുവെക്കരുത്.'

'നിങ്ങൾക്ക് വേണ്ടപ്പെട്ടവരാരുമില്ലേ?'

'ഉണ്ടായിരുന്നു. ആയിരത്തിതൊള്ളായിരത്തി അറുപത്തിനാലിലെ പ്രകൃതി ക്ഷോഭത്തിൽപെട്ടു മരിച്ചു.'

ഇരുപതുകൊല്ലം മുമ്പു നടന്ന ആ സംഭവം സോഫിയ മൗനമായിരുന്നു കേട്ടു.

കടലമ്മ പിശാചായി മാറിയപ്പോൾ...

പ്രസിദ്ധമായ ധനുഷ്ക്കോടി.

അന്നവിടെ കപ്പൽ വന്നടുക്കുന്ന തുറമുഖമുണ്ടായിരുന്നു.

ചെറിയൊരു പട്ടണമായിരുന്നു ധനുഷ്ക്കോടി. തീവണ്ടി രാമേശ്വരത്ത് നിന്ന് ധനുഷ്ക്കോടി വരെ പോകും. ആവിക്കപ്പൽ മരപ്പാലം വരെ വന്നടുക്കും.

തീവണ്ടിയിൽ വരുന്നവരിലധികവും സിലോണിലേക്കുള്ള യാത്രക്കാരാണ്.

ചെറിയൊരു ചായക്കട നടത്തി ഉപജീവനം കഴിക്കുന്നവരായിരുന്നു ഗോസ്വാമിയുടെ മാതാപിതാക്കൾ. ശെൽവിയെന്നൊരു അനിയത്തി അയാൾക്കുണ്ട്. എല്ലാവരുടേയും വാത്സല്യഭാജനമായിരുന്നു അവൾ.

ഗോസ്വാമി അധികം വീട്ടിലുണ്ടാവില്ല. ടൂറിസ്റ്റുകൾക്ക് വഴികാട്ടാനും പക്ഷിശാസ്ത്രികൾക്ക് ആളെ പിടിച്ചുകൊടുക്കാനും മറ്റുമായി രാമേശ്വരത്ത് ചുറ്റിക്കറങ്ങും. രണ്ടുദിവസം കൂടുമ്പോഴൊരിക്കൽ വീട്ടിൽ പോകും.

പ്രകൃതിക്ഷോഭം ഉണ്ടായതിന്റെ തലേദിവസം വീട്ടിൽ പോയിരുന്നു. ശെൽവി -അന്നവൾക്ക് നാലുവയസ്സ് പ്രായമുണ്ടാകും. കൊഞ്ചലോടെ ഏട്ടനോട്ട പറഞ്ഞു:

'അണ്ണാ നേക്കൊരു മുത്തുമാലൈ വാങ്കി തരുവായാ?'

'തരേൻ കണ്ണ്, നീയെനക്കൊരു മുത്തം കൊടുപ്പിയാ?'

കന്നത്തിലെ ഒരു മുത്തം അതുമാത്രമേ അവൾക്കുപകരമായി കൊടുപ്പാനുള്ളൂ..

ആ ദിവസം ഇന്നും നല്ല ഓർമ്മയുണ്ട്, ഗോസ്വാമിക്കന്ന് പതിനെട്ടുവയസ്സ പ്രായമാണ്. അനിയത്തിക്കുള്ള മുത്തുമാലയും വാങ്ങി രാമേശ്വരം ടൗണിലെ ഒരു തിയ്യറ്ററിൽ സിനിമ കണ്ടുകൊണ്ടിരിക്കയാണ്. അന്ന കാലത്തുതൊട്ടേ മഴ ചാറിയിരുന്നു. നേരിയ കാറ്റും. സിനിമ കണ്ടുകൊണ്ടിരിക്കുമ്പോൾ മഴ ഒന്നുകൂടി ശക്തി പ്രാപിച്ചു. എം.ജി.രാമചന്ദ്രന്റെ സിനിമയായിരുന്നു. 'മധുരൈവീരൻ' പുതിയ പതിപ്പ്. ചക്കിലിയനായ യുവാവിനെ രാജകുമാരി പ്രേമിക്കുന്ന കഥ. എത്രകണ്ടാലും മതിവരാത്ത പടം.

നാടകമെല്ലാം കണ്ടേൻ

ഉന്തൻ ആട്ടം വിഴിയിലെ...

സ്ക്രീനിൽ പദ്മിനിയുടെ രണ്ടുവലിയ കണ്ണുകൾ. ഇമകൾ പക്ഷി

ചിറകിട്ടടിക്കുംപോലെ ചിമ്മി തുറക്കുന്നു. എല്ലാവരും സ്വയം മറന്നങ്ങനെ ഇരിക്കുകയാണ്. പുറത്തെ കോലാഹലങ്ങളൊന്നും അവർ അറിഞ്ഞില്ല.

പൊടുന്നനെ വിളക്കുകൾ കത്തി. ഫസ്റ്റ് ഷോ പാതി പിന്നിട്ടിട്ടേയുള്ളൂ. സിനിമ നിറുത്തി വച്ചതായി അറിയിക്കപ്പെട്ടു. ആളുകൾ പരിഭ്രാന്തരായി അങ്ങോട്ടുമിങ്ങോട്ടും ഓടുകയാണ്.

'പുയൽ! പുയൽ!' പലരും ഉറക്കെ പറയുന്നതു കേട്ടു.

ഗോസ്വാമി കടകളുടെ അരികുപറ്റി നനഞ്ഞും നനയാതെയും റെയിൽവേ സ്റ്റേഷനിലേക്കോടി. വിദ്യുച്ഛക്തി ബന്ധം താറുമാറായിരുന്നു. കടകളെല്ലാം ഉടമസ്ഥർ അടച്ചുപൂട്ടി. അതിഭയങ്കരമായ കാറ്റിന്റെ ചൂളംവിളികേട്ടു.

കടലിൽ നിന്നു പുറപ്പെടുന്ന ശബ്ദമാണത്. ഒരായിരം തീവണ്ടി ഒന്നിച്ചു സൈറൺ വിളിക്കും മട്ടിൽ. സ്റ്റേഷനിൽ ചെന്നപ്പോൾ വണ്ടി പോയികഴിഞ്ഞിരിക്കുന്നു. അടുത്ത തീവണ്ടി രാത്രി പന്ത്രണ്ടുമണിക്കാണ്. വീട്ടിലെ സ്ഥിതിയോർത്തപ്പോൾ ഉള്ളുനടുങ്ങി. ധനുഷ്ക്കോടിയെത്തണമെങ്കിൽ പതിനഞ്ചു മൈൽ നടക്കണം. കൂരിരുട്ടത്ത് കൊടുങ്കാറ്റിൽ നടക്കുന്നത് അതിലേറെ അപകടകരമാണ്. ചെവിക്കല്ലു തകർക്കുന്ന കാറ്റുവേറെ.

മഴത്തുള്ളികളായിട്ടല്ല വീഴുന്നത്. പീച്ചാങ്കുഴൽ കൊണ്ട് ആരോ മുഖത്തേക്ക് പീച്ചുകയാണ്.

കാറ്റിന്റേയും മഴയുടേയും ശക്തി കൂടി. ഓടുകൾ കാറ്റത്തു പറന്നുപോയി. ചുമരുകൾ തകർന്നുവീണു. സ്ത്രീകളുടേയും കുട്ടികളുടേയും നിലവിളികൾ. വൃക്ഷങ്ങൾ കടപുഴകി വീണു. ശിഖരങ്ങൾ ആടിയുലഞ്ഞു. വീട്ടിൽ രക്ഷയില്ലെന്നു കണ്ടപ്പോൾ പലരും എഴുന്നേറ്റ്

പുറത്തേക്കോടി. അവർക്കൊക്കെ ഒരു അഭയസ്ഥാനം ക്ഷേത്രം മാത്രമേ ഉണ്ടായിരുന്നുള്ളൂ.

ഭഗവാന്റെ അമ്പലവും ഗോപുരങ്ങളും ചാഞ്ചല്യ മെന്യേ

നിലകൊള്ളുന്നു. ശ്രീകോവിൽ നടയടച്ചിരുന്നില്ല. അത്താഴപൂജ കഴിഞ്ഞ് പൂജാരിമാർ പോകാനുള്ള സമയമായപ്പോഴേക്കും ആളുകൾ തള്ളിക്കേറ്റം തുടങ്ങി.

'കടവുളേ കാപ്പാത്ത്...' സ്ത്രീകളുടെ നിലവിളികൾ.

ഗോസ്വാമിയും ആൾക്കൂട്ടത്തിലൊരാളായി അമ്പലത്തിൽ കടന്നു. ശ്രീകോവിലിനകത്തേക്ക് നോക്കി ഭക്തിപൂർവ്വം തൊഴുതു.

'ശിവപ്പെരുമാളേ അപ്പാ അമ്മാ തങ്കച്ചി എല്ലോരും നല്ലാമായിരിക്കുംപടി ഉന്നിടം വേണ്ടുകിറാൻ...'

പുറത്തു പൂർവ്വാധികം ശക്തിയോടെ കാറ്റും മഴയും തുടർന്നുകൊണ്ടിരുന്നു. ജനങ്ങൾ ഭയചകിതരായി ഉച്ചത്തിൽ ഈശ്വരനെ വിളിച്ച് കരയാനും നാമം ജപിക്കാനും ആരംഭിച്ചു.

വൃദ്ധന്മാർ പ്രകൃതിക്ഷോഭത്തെ ഓരോ തരത്തിൽ വ്യാഖ്യാനിച്ചു. രാമേശ്വരത്തുകാർക്ക് ഈശ്വര വിശ്വാസം കുറഞ്ഞുപോയെന്ന് ചിലർ. അതല്ല ശാസ്ത്രിമാർ പൂജ ശരിയ്ക്കു നടത്താത്ത കാരണമാണെന്ന് വേറെ ചിലർ. തീർത്ഥയാത്രക്കാരെ ഞെക്കിപ്പിഴിയുന്നത് കൂടുതലായതിന്റെ ഫലമെന്ന് മറ്റൊരു കൂട്ടർ.

അർദ്ധരാത്രി കഴിഞ്ഞു. കൊടുങ്കാറ്റും പേമാരിയും ശമിച്ചിട്ടില്ല. മനുഷ്യരെല്ലാവരും നിശബ്ദരായിത്തീർന്നു. ക്ഷേത്രത്തിനുള്ളിൽ ജീവിതം സുരക്ഷിതമായിരുന്നു. മഴ ഒരു തുള്ളി പോലും അകത്തു വീണിരുന്നില്ല. പിശാച് മിന്നലാകുന്ന കണ്ണുരുട്ടി പേടിപ്പിച്ചു. ഇടിമുഴക്കം ഘടഘടാ ഗുഡുഗുഡു എന്നു മുഴങ്ങി. ആയിരമായിരം കടൽത്തിരകൾ, ചീറ്റിക്കൊണ്ട് കരയുടെ നേർക്കടുത്തു. രാമേശ്വരം ക്ഷേത്രം തെല്ലും പതറാതെ അത്രയും ജനങ്ങളെ ഉദരത്തിലൊതുക്കി നിലകൊണ്ടു അറുന്നൂറ്റിനാൽപ്പതടി നീളവും നാന്നൂറടി വീതിയുമുള്ള ആ ഇടനാഴി ഒരു ഗുഹപോലെ അവർക്കു സംരക്ഷണം നൽകി.

പാതിരാ പിന്നിട്ടപ്പോൾ പലരും ഉറക്കം തൂങ്ങി. ചിലർ നാമം ജപിച്ചു. ഗോസ്വാമി ഉറങ്ങിയതേയില്ല. ധനുഷ്ക്കോടിയിലുള്ള അച്ഛനമ്മമാരും അനിയത്തിയും എന്തുചെയ്യുന്നുവെന്നായിരുന്നു ചിന്ത.

നേരം പുലർന്നപ്പോൾ പ്രകൃതി ശാന്തമായിരുന്നു. കാറ്റ് നിലച്ചിട്ടുണ്ട്. മഴപ്പാറ്റൽ ശമിച്ചിട്ടില്ല. അതത്ര കാര്യമാക്കാതെ ഗോസ്വാമി പുറത്തേക്കോടി.

തീവണ്ടിയാപ്പീസിൽ ചെന്നപ്പോൾ ധനുഷ്ക്കോടിയിലേക്ക് ട്രെയിനില്ലെന്നു മനസ്സിലായി. വീണ്ടും തിരക്കിയപ്പോൾ അയാൾ ഞെട്ടി. ധനുഷ്ക്കോടിയിൽ സമുദ്രം കരയിലേക്കടിച്ചുകയറി സർവ്വ സ്വവും

തട്ടി നിരപ്പാക്കിയിരിക്കുന്നു. വീടും കെട്ടിടങ്ങളുമെല്ലാം ഒലിച്ചു പോകുകയോ മുങ്ങിപ്പോകയോ ചെയ്തിരിക്കുന്നു. എത്രയാളുകൾ മരിച്ചിട്ടുണ്ടെന്നറിയില്ല. തലേന്നാൾ ധനുഷ്ക്കോടിയിലേക്കുപോയ തീവണ്ടി ഒഴുകിപോയിരിക്കുന്നു.

അതിൽ കയറിയ യാത്രക്കാരെക്കുറിച്ച് ഒരു വിവരവുമില്ല. സിനിമക്കുപോവാതെ വണ്ടി കേറിയിരുന്നെങ്കിൽ തന്റെയും വിധി മറിച്ചാകുമായിരുന്നു.

ഗോസ്വാമി പൊട്ടിക്കരഞ്ഞുകൊണ്ട് ധനുഷ്ക്കോടിയിലേക്കുള്ള നിരത്തിലൂടെ ഓടി. രണ്ടുഭാഗത്തും വെള്ളമാണ്. റോഡിലും ചിലയിട ത്തും അരയ്ക്കൊപ്പം വെള്ളം കെട്ടിനിൽക്കുന്നു. ദൂരെ ധനുഷ്ക്കോടി ഭാഗത്തേക്ക് നോക്കിയപ്പോൾ ഒരു ജലപ്പരപ്പാണു കണ്ണിൽപ്പെട്ടത്. തുറമുഖമെവിടെ?

വെറും ജലപ്പരപ്പുമാത്രം!

ഗോസ്വാമിക്ക് തലചുറ്റി എല്ലാം മായ്ച്ചുകളയാൻ ശക്തിയാർന്ന കടൽ അക്ഷോഭ്യയായി നിലകൊള്ളുന്നു.

അനിയത്തിക്കു വാങ്ങിയ മുത്തുമാല മടിയിലുണ്ട്.

കന്നത്തിലെ ഒരു മുത്തം!

'മൈ ഫാദർ... മദർ... സിസ്റ്റർ...' ഗോസ്വാമിക്ക് വാക്കുകൾ തടസ്സപ്പെട്ടു. കണ്ണുകളിലൂടെ വെള്ളം കുതിച്ചുചാടി കാൽമുട്ടുകളിൽ തലകുനിച്ചുവേച്ച് തേങ്ങിക്കരഞ്ഞു.

അയാളുടെ കഴുത്തിൽ ഒരു തണുത്ത കരസ്പർശം അനുഭവപ്പെട്ടു. ഗോസ്വാമി അവിശ്വസനീയത കലർന്ന അമ്പരപ്പോടെ തലയുയർത്തി.

അതെ; അതവളായിരുന്നു. സോഫിയാ!

കടൽകടന്നു വന്ന ഒരു വനിത. അയാളുടെ ഹതവിധിയിൽ അയാ ളോടൊത്തു ദുഃഖിക്കുന്നു. അവളുടെ കണ്ണുകളിലും നീർക്കണങ്ങൾ ഉരുണ്ടുകൂടി. ചുണ്ടുകൾ വിതുമ്പുന്നു.

ദുഃഖത്തിൽ ഒരേ സ്ഥായീഭാവം. രാജ്യാന്തരങ്ങൾ കടന്നുവരുന്ന മനുഷ്യരുടെ നിറം മാറാം. ഭാഷ മാറാം. സങ്കടം വരുമ്പോഴുള്ള ഭാവംമാറില്ല.

ധനുഷ്ക്കോടി

പിറ്റേദിവസം ധനുഷ്ക്കോടിയിലേക്കു പോകുമ്പോൾ സോഫിയ ഇടയ്ക്കിടെ ഗോസ്വാമിയോട് ഓരോന്നു ചോദിച്ചുകൊണ്ടിരുന്നു.

അവളെന്തുകൊണ്ടാണ് ഇത്ര വാചാലയായതെന്ന് അലക്സ് അതിശയപ്പെട്ടു. തലേദിവസം രാത്രി അവളും ഗോസ്വാമിയും തമ്മിൽ കൈമാറിയ സംഭാഷണം അയാളറിഞ്ഞിരുന്നില്ല. അവൾ തിരിച്ചു വരുമ്പോഴും അയാൾ ഗാഢനിദ്രയിലായിരുന്നു.

ധനുഷ്ക്കോടിയിൽ പഴയപട്ടണത്തിന്റെ അവശിഷ്ടംപോലും കാണ്മാനില്ല. എല്ലാ വീടുകളും കെട്ടിടങ്ങളും ഇടിഞ്ഞുപൊളിഞ്ഞു ഒലിച്ചുപോയി. സമുദ്രത്തിനകത്ത് പലതും കാണുമായിരിക്കാം. സംവത്സരങ്ങൾക്കുശേഷം ചരിത്ര വിദ്യാർത്ഥികൾ പഠിക്കാൻ വരുമ്പോൾ കടലമ്മ അവളുടെ ഉദരത്തിൽ പലതും കരുതിവച്ചിട്ടുണ്ടാകും. ശ്രീകൃഷ്ണന്റെ ദ്വാരകയുടെ അവശിഷ്ടം-മൂവായിരം വർഷങ്ങൾക്കുമുമ്പുള്ളത്-കടലിന്റെ അടിത്തട്ടിൽ കണ്ടെത്തിയതായി പറയപ്പെടുന്നു.

പഴയ തീവണ്ടിപ്പാത ഉണ്ടായിരുന്ന സ്ഥലത്ത് ഇപ്പോൾ റോഡാണ്. ഒരു ചെറിയ ട്രാൻസ്പോർട്ട് ബസ്സുമാത്രം ആ വഴിക്കോടുന്നു. അപ്പുറവും ഇപ്പുറവും കടൽ. പൂഴി നിറഞ്ഞ പാത. ടാറിട്ട റോഡ് കഴിഞ്ഞു. നിരോധനാജ്ഞ ലംഘിച്ചുകൊണ്ട് മീൻ പിടിക്കുന്ന തോണിക്കാർ. ശ്മശാന ഭീകരത അന്തരീക്ഷത്തിൽ തളം കെട്ടിനിൽക്കുന്നു.

അത്യാഹിതത്തിൽ അയ്യായിരമോ ആറായിരമോ ആളുകൾ മരിച്ചിട്ടുണ്ടാകുമെന്നാണ് ഊഹം. ബസ്സ് പഴയ തുറമുഖത്തിൽ കപ്പൽ വന്നടുത്തിരുന്ന മരപ്പാലം വരെയേ ചെല്ലൂ.

പിന്നീടങ്ങോട്ട് കാൽനടയായി ചെല്ലണം. മരപ്പാലത്തിന്റെ ചില അവശിഷ്ടങ്ങൾ ഒരു നടുക്കുന്ന സംഭവത്തിന്റെ സ്മാരകംപോലെ നിലകൊള്ളുന്നു.

തമിഴരുടെ വിശ്വാസം ഒരു ഭാഗം ആൺകടലും മറു ഭാഗം പെൺകടലുമാണെന്നാണ്. രണ്ടുകടലിലേയ്ക്കും തിരമാലകൾ പരസ്പരം വാരിപുണരാൻ വേണ്ടി കൈനീട്ടുന്നു. അത്യാഹിതം നടന്ന ദിവസം ആൺകടലും പെൺകടലും തമ്മിൽ ആശ്ലേഷിച്ചതാണോ?

വിശ്വപ്രകൃതി സ്വന്തം ഭ്രമണപഥത്തിൽ നിന്നു തെല്ലൊന്നു മാറിയാൽ എല്ലാം കീഴ്മേൽമറിഞ്ഞ് തവിടുപൊടിയാകും.

അലക്സ് ദേഷ്യപ്പെട്ടു.

'നീ ഞങ്ങളെ വിഡ്ഢികളാക്കുകയാണ്. ഇവിടെ കാഴ്ച കാണാനൊന്നുമില്ല.'

ഈ പ്രദേശത്ത് ഒരു നഗരം ഉണ്ടായിരുന്നുവെന്നും അതിന്ന് വെള്ളത്തിനടിയിലാണെന്നും ഗോസ്വാമി പറഞ്ഞത് അയാൾ വിശ്വസിച്ചില്ല.

'അല്ല സർ. ആ അത്യാഹിതത്തിൽ എന്റെ അച്ഛനമ്മമാരും ഞങ്ങളുടെ വീടുമൊക്കെ നഷ്ടപ്പെട്ടു.'

ഗോസ്വാമി അവളോട് തലേന്നു പറഞ്ഞതിന്റെ ചുരുക്കം അയാളേയും കേൾപ്പിച്ചു.

'ടെറിബിൾ!'

അലക്സ് എല്ലാം മായ്ച്ചുകളയാൻ കെൽപ്പാർന്ന കടലിന്റെ അനന്തവിശാലതയിലേക്ക് നോക്കി വിസ്മയഭരിതനായി നിന്നു.

'രാവണൻ സീതയെ കട്ടോണ്ടുപോയി പാർപ്പിച്ച ലങ്ക ഇവിടുന്ന് നാൽപ്പതു കിലോമീറ്റർ മാത്രം അകലെയാണ്.'

'ലങ്കയ്ക്കു പോകാൻ പറ്റുമോ?'

'അതിന് പ്രത്യേക അനുമതി വേണം.'

'എത്ര സമയം പിടിക്കും?'

'ഒരു തോണിയിൽ മൂന്നുമണിക്കൂർ യാത്ര ചെയ്യാനുള്ള ദൂരമേയുള്ളൂ.'

'ധനുഷ്' എന്നതിന് എന്നാണർത്ഥം. 'കോടി' എന്നാൽ അസ്ത്രത്തിന്റെ തലപ്പ്. ശ്രീരാമചന്ദ്രൻ സേതു നിർമ്മിക്കേണ്ട സ്ഥലം

ഇവിടെ നിന്നു വരച്ചുകൊടുത്തു. അതാണത്രേ 'ധനുഷ്ക്കോടി' എന്ന പേരുത്ഭവിക്കാൻ കാരണം.

'രാമാ മാർക്ക്ഡ് ദിസ് സ്പോട്ട് ഫോർ സേതു വിത്ത് വൺ എൻഡ് ഓഫ് ഹിസ് ഫേമസ് ബോ...'

അവൾ അകലേയ്ക്കു നോക്കി നിശ്ചലയായി നിലകൊണ്ടു രാവണ രാജധാനിയെ ഭാവനയിൽ കണ്ടു അശോകവനിയിൽ ശ്രീരാമചന്ദ്ര നേയും ധ്യാനിച്ചിരിക്കുന്ന സീതാദേവി!

അവൾ മൗനമായി ചോദിച്ചു: തിരമാലകളേ പറയൂ.. ഇവിടെയാണോ

ശ്രീരാമൻ ലങ്കയ്ക്കു പോകാൻ അണകെട്ടിയത്?

തിരമാലകൾ അവളുടെ പാദങ്ങളെ തഴുകി പറഞ്ഞു: അതെ. ഇവിടെത്തന്നെ. ഞങ്ങൾ ദൃക്സാക്ഷികളാണ്.

പൗരാണിക കാലത്ത് ശ്രീരാമൻ നിർമ്മിച്ച പാലത്തിലെ കല്ലു കളുടെ നിര അവളുടെ കണ്ണിൽപ്പെട്ടു. ചരിത്രത്തിന് മൂകസാക്ഷിത്വം വഹിക്കുന്ന കല്ലുകൾ.

അവൾ ഒരു ഇന്ത്യൻ സ്ത്രീയെപ്പോലെ അറിയാതെ കൈകൂപ്പി. അവളിൽ ഇന്ത്യൻ സംസ്കാരത്തോടുള്ള മമത വളരുന്നതുകണ്ട് അലക്സ് കുറച്ചൊരു പരിഹാസത്തോടെ ചോദിച്ചു:

'നിങ്ങളീ പറയുന്നതെല്ലാം നൂറുശതമാനവും ശരിയാണോ?'

ഗോസ്വാമി കുറച്ചൊന്നു പരുങ്ങാതിരുന്നില്ല.

'വെൻ ലോർഡ് രാമ ആന്റ് സീത ഇൻസ്റ്റാൾഡ് ദി ലിംഗാ ഇറ്റ് വാസ് ഇൻ എ താച്ച്ഡ് ഷെഡ്ഡ്.'

രാമനും സീതയും ശിവലിംഗത്തെ പ്രതിഷ്ഠിക്കുന്ന കാലത്ത് ഒരു ചെറിയ പുല്ലുമേഞ്ഞ ഷെഡ്ഡുമാത്രമേ ഉണ്ടായിരുന്നുള്ളൂ. ഇപ്പോൾ നമ്മൾ കാണുന്ന രൂപത്തിലുള്ള രാമേശ്വരമായിത്തീർന്നത് സഹസ്രാബ്ദങ്ങൾ കൊണ്ടത്രേ. ഓരോ രാജാക്കന്മാരും താന്താങ്ങ ളുടെ ഭരണകാലത്ത് ചെയ്ത പരിഷ്കാരങ്ങൾ മൂലമാണ്. അവരെല്ലാം തികഞ്ഞ ഈശ്വരഭക്തന്മാരായിരുന്നു. സിലോണിലെ 'പരാക്രമ ബാഹു' എന്ന ആളാണു ആദ്യം ദേവാലയം നിർമ്മിച്ചത്. പ്രശസ്തമായ ഇടനാഴികളും ഗോപുരങ്ങളും ഉണ്ടായത് പന്ത്രണ്ടാം നൂറ്റാണ്ടിൽ സേതുപതിയുടെ (രാമനാഥപുരം) കാലത്താണ്. ഉദയൻ സേതുപതി, തിരുമല സേതുപതി, രഘുനാഥ സേതുപതി, മുത്തുരാമ സേതുപതി അവരെല്ലാമാണു അമ്പലത്തെ ഈ നിലയിലെത്തിച്ചത്.

മടക്കത്തിൽ അവർ കോദണ്ഡരാമക്ഷേത്രം സന്ദർശിച്ചു. വിഭീഷണൻ ശ്രീരാമനുമായി സന്ധിചെയ്ത സ്ഥലമാണത്. രാമാജ്ഞ അനുസരിച്ച് ലക്ഷ്മണൻ വിഭീഷണന്റെ പട്ടാഭിഷേകം അവിടെവച്ച് നിർവ്വഹിച്ചു. ആയതിന്റെ സ്മരണക്കായി ജൂൺ-ജൂലായ് മാസത്തിൽ ശ്രീരാമന്റെ പ്രതിമ രാമേശ്വരത്ത് നിന്നുകൊണ്ടുവരാറുണ്ട്. രാവണ വധവും വിഭീഷണന്റെ പട്ടാഭിഷേകവും ഇന്നും ആചരിച്ചു വരുന്നു.

ഗോസ്വാമി അതിനുശേഷം ജടതീർത്ഥവും-രാമൻ രാവണവധാന ന്തരം അദ്ദേഹത്തിന്റെ ജട പിടിച്ച തലമുടി കഴുകിയ സ്ഥലം-ദേവീ പട്ടണത്തുള്ള നവഗ്രഹങ്ങളെ പ്രതിഷ്ഠിച്ച 'നവപാഷാണ' ക്ഷേത്രവും അവരെ കൂട്ടിക്കൊണ്ടുപോയി കാണിച്ചു.

നേരം വൈകുന്നേരമായി.

'സോഫിയ, ഇന്നുരാത്രി നമുക്കീ സ്ഥലം വിട്ടു പോകാം. നാളെ രാവിലെ മധുരമീനാക്ഷി ക്ഷേത്രം സന്ദർശിക്കാം.'

'അലക്സ് ഞാൻ വളരെ ക്ഷീണിതയാണ്. ഇന്നു രാത്രി ഇവിടെ തങ്ങാം.'

അയാൾ അമ്പരപ്പോടെ അവളെ മിഴിച്ചുനോക്കി. എന്താണു ഈ പെണ്ണിന്?

കടൽകടന്നുവന്ന ഒരു സ്നേഹം

അന്നു രാത്രി അവൾ അയാളുള്ളിടത്തേക്ക് നടന്നുചെന്നു. നിലാവ് അന്നൽപ്പം വൈകിയാണുദിച്ചത്. ഗോസ്വാമി ആ തെങ്ങിന്റെ താഴത്തായി പുല്ലാങ്കുഴലൂതിക്കൊണ്ട് ഇരുപ്പുണ്ടായിരുന്നു. കൃഷ്ണസവിധത്തിലണയുന്ന രാധയെപ്പോലെ അവൾ നടന്നടുത്തു. കൃഷ്ണന്റെ വിരിമാറിൽ തലചായ്ക്കാനോ കെട്ടിപ്പിടിക്കാനോ ഒന്നും പോയില്ല. ശാരീരികമായ അത്തരം ക്രിയകളോടൊക്കെ അവൾക്കു വിരക്തി വന്നുകഴിഞ്ഞിരുന്നു. സത്യം പറഞ്ഞാൽ തന്റെ ദേഹം പലരും കൈമാറി കഴിഞ്ഞ പഴന്തുണിപോലെയാണെന്നവൾക്കു തോന്നി. കൃഷ്ണനു നൽകാൻ തന്റെ പക്കൽ നിഷ്കളങ്കമായ ഭക്തിയും സ്നേഹവും മാത്രമേയുള്ളൂ. അതിന്നുവരെ താനാർക്കും നൽകിയിട്ടില്ല. തന്നോടാരും അതാവശ്യപ്പെട്ടതുമില്ല. ആവശ്യപ്പെട്ടതു ഒന്നു മാത്രം:

'കിസ് മീ ഐ വാണ്ട് യുവർ ബോഡി...'

അതെ; അവർക്കെല്ലാം ശരീരം മാത്രമേ വേണ്ടൂ.

നിഷ്കളങ്കമായ ഭക്തിയും സ്നേഹവും അതിന്റെ വില അറിയുന്നതും ഈ ഭാരതമണ്ണിൽ വന്നതിനുശേഷമാണ്.

സോഫിയ ഗോസ്വാമിയുടെ സമീപത്തായി മണലിലിരുന്നു.

തലേ ദിവസം ഗോസ്വാമി അവളോടു ചോദിച്ചിരുന്നു.

'മാഡം അലക്സ് നിങ്ങളുടെ ആരാണ്?'

'ആരുമല്ല. ഒരു കൂട്ടുകാരൻ.'

'ഞാൻ വിചാരിച്ചു ഭർത്താവോ അല്ലെങ്കിൽ കാമുകനോ ആയിരിക്കുമെന്ന്.'

'കൂട്ടുകാരൻ പിന്നീട് കാമുകനോ ഭർത്താവോ ആയിക്കൂടായ്കയില്ല.'

'അതിന്റെ അർത്ഥം ഭാവിയിൽ അയാൾ നിങ്ങളുടെ ഭർത്താവാകാൻ സാദ്ധ്യതയുണ്ടെന്നാണ്.'

'ദയവായി അതിനെ കുറിച്ച് കൂടുതലൊന്നും ചോദിക്കരുത്. അയാൾ പല വണ്ടിയിലും കയറിയിറങ്ങി. ഞാനും കുറേ യാത്രകൾ ചെയ്തു. ഇതുവരെ പിന്നിട്ട എന്റെ ജീവിതത്തിൽ സ്ത്രീപുരുഷബന്ധത്തിന് അതിൽ കൂടുതൽ അർത്ഥം ഉണ്ടായിരുന്നില്ല.'

പാരീസ്കാരി സുന്ദരിയുടെ ശരീരം പലരും തുറന്നുനോക്കിയ പുസ്തകം പോലെയാണ്.

അച്ഛനമ്മമാരുടേയും അനിയത്തിയുടേയും വേർപാടിനുശേഷം ജീവിതത്തിലാദ്യമായി ഒരുവൾ തന്നെ സ്പർശിക്കയും കണ്ണീരു തുടയ്ക്കുകയും തന്റെ ദുഃഖത്തിൽ സഹതാപം പ്രകടിപ്പിക്കയും ചെയ്തിരിക്കുന്നു. തനിക്കുവേണ്ടി കരയാൻ ആരുമില്ലെന്നാണ് കരുതിയത്.

പിറ്റേദിവസവും അവൾ രാത്രി വരുമെന്ന് അയാൾക്കറിയാമായിരുന്നു.

സ്നേഹത്തിന്റെ ഭാഷ പെരുമാറ്റത്തിലൂടെ പ്രകടമാവുമല്ലോ.. അയാൾ അവളുടെ സ്നേഹത്തിനുവേണ്ടി കൊതിച്ചു. അമ്മയും അച്ഛനും അനിയത്തിയും മരിച്ചതിൽപ്പിന്നെ അയാളെ ആരും സ്നേഹിച്ചിട്ടില്ല. പക്ഷിശാസ്ത്രികളുടെ സ്നേഹം നാണയത്തുട്ടുകളിൽ മാത്രം ഒതുങ്ങുന്നതായിരുന്നു.

അയാൾക്കുവേണ്ടി ടൂറിസ്റ്റുകളെ വലയിലാക്കുന്നു. അയാളതിനു പ്രതിഫലം തരുന്നു അത്രതന്നെ. സ്നേഹത്തിന്റെ വില അറിയുന്നത് ആരും സ്നേഹിക്കപ്പെടാനില്ലാതിരിക്കുന്ന അവസ്ഥയിലാണ്. ഇന്നലെ വരെ അയാളെ സ്നേഹിക്കുന്നവർ ആരുമുണ്ടായിരുന്നില്ല.

ഇന്നിതാ കടലുകടന്നുവന്ന ഒരുത്തി അവളുടെ സ്നേഹം, ഒരു കുളിർക്കാറ്റുപോലെ അയാളുടെ മുമ്പിൽ കാഴ്ചവെച്ചിരിക്കുന്നു. സംശയമില്ല.

കുളിർക്കാറ്റുതന്നെ. കാറ്റുമെല്ലെ ഒന്നു തഴുകി കടന്നുപോകും. അതൊരിടത്തും നിൽക്കുകയില്ല. ഈ പാരീസ്കാരി പെണ്ണുണ്ടോ ഇവിടെ നിൽക്കാൻ പോകുന്നു. !

എങ്കിലും അതൊരനുഭവമാണ്. അനുഭൂതിയാണ്. മരുഭൂമിയിൽ കഴിയുന്നവനു കിട്ടിയ ഒരു തുള്ളി വെള്ളം പോലെയായിരുന്നു ഗോസ്വാമിയെ സംബന്ധിച്ച് അവളുടെ സ്നേഹം. !

'മാഡം നിങ്ങൾ ഇന്നും വന്നു അല്ലേ?'

'അതെ. ഇന്നും വന്നു. നാളെയും വരും. മറ്റന്നാളും വരും.'

തെങ്ങോലകൾക്കിടയിലൂടെ നിലാവ് എത്തിനോക്കി. വളരെ ഹൃദ്യമായിരുന്നു ആ അന്തരീക്ഷം.

'നിങ്ങൾ ഇവിടെ താമസിക്കാൻ പൂവ്വാ?'

'ങ്ഹാ.. എന്താ വിരോധമുണ്ടോ? ഞാൻ നിങ്ങളോടൊപ്പം കഴിയാൻ ആഗ്രഹിക്കുന്നു.'

'കളിവിടൂ. ഞാൻ കാര്യമായിട്ടാണു ചോദിച്ചത്.'

'ഞാനും കാര്യമായിട്ടുതന്നെയാണു പറയുന്നത്.'

'നിങ്ങൾക്കു ഭ്രാന്താണെന്ന് എല്ലാവരും പറയും.'

'നിങ്ങൾ പറയില്ലല്ലോ...'

'ഇല്ല.'

'എനിക്കതുമതി.'

'എന്താണങ്ങനെയൊരു തീരുമാനം കൈക്കൊള്ളാൻ?'

'എനിക്കറിയില്ല. ഇവിടം വിട്ടുപോകാൻ, നിങ്ങളെ വേർപിരിയാൻ ഞാനിഷ്ടപ്പെടുന്നില്ല. അതെന്തുകൊണ്ടാണെന്ന് അറിഞ്ഞുകൂടാ...'

അവൾ സ്വയം വിശകലനം ചെയ്തുനോക്കി. ഈ കുറിയ മനുഷ്യനിൽ ബാഹ്യ സൗന്ദര്യം യാതൊന്നുമില്ല. അലക്സ് സൗന്ദര്യത്തിൽ ആരുടേയും പുറകിലല്ല. ബാഹ്യമല്ലാത്ത എന്തോ ഒരു ഘടകമാണ് തന്നെ പിടിച്ചു നിറുത്തുന്നത്. അതെന്തായിരിക്കും.'

'ഞാൻ പറയട്ടെ?'

ഗോസ്വാമി പുഞ്ചിരിതൂകി പറഞ്ഞു.

'നിങ്ങൾക്കു തോന്നുന്ന സ്നേഹം എന്നോടല്ല. ഇന്ത്യൻ സംസ്കാരത്തിനെ...'

'ഇന്ത്യയുടെ ആത്മാവിനെ നിങ്ങൾ സ്നേഹിക്കുന്നു. ഞാനതെല്ലാം നിങ്ങൾക്കു പരിചയപ്പെടുത്തിയ ഒരു ഗൈഡുമാത്രം. '

'യൂ ആർ കറക്ട്!'

അവൾ സമ്മതിച്ചു. ഗോസ്വാമി എത്ര കൃത്യമായി അതൂഹിച്ചിരിക്കുന്നു!

'ഭാരതസ്ത്രീയായി ജനിക്കാൻ കഴിയുകയെന്നത് പരമ ഭാഗ്യമാണ്. എനിക്കാ ആ ഭാഗ്യം സിദ്ധിച്ചിട്ടില്ല.'

അവളുടെ കണ്ണിൽ നീർത്തുളുമ്പി.

'ഇവിടെ ജീവിതത്തിന് ഒരർത്ഥമുണ്ട്. സ്ത്രീകളെ പൂവിട്ടു പൂജിക്കുന്നവരാണ് ഭാരതീയർ എന്നതിനുദാഹരണമാണ് പാർവ്വതിയും ലക്ഷ്മിയും സരസ്വതിയുമൊക്കെ.'

ഗോസ്വാമിയിൽ നിന്നാണ് അവൾ ആ സ്ത്രീ ദൈവങ്ങളെക്കുറിച്ച് ഗ്രഹിച്ചത്.'

'അതെല്ലാം ശരിയാണു മാഡം.'

'എന്നെ മാഡം എന്നു വിളിക്കരുത്.'

'പിന്നെങ്ങനെ വിളിക്കണം?'

'എനിക്കെന്തെങ്കിലും ഒരു പേര് തരൂ. രണ്ടക്ഷരമുള്ള ഒരിന്ത്യൻ പേര്.'

ഗോസ്വാമി ഒരു നിമിഷം ആലോചിച്ചു. എന്നിട്ട് 'രാധ' എന്നു പറഞ്ഞു.

'നല്ല പേര്. ഞാൻ നിങ്ങളെ ഒരു പേര് പറഞ്ഞുവിളിക്കട്ടെ?'

'വിളിച്ചോളൂ.'

അവൾ പറഞ്ഞു: 'കൃഷ്ണൻ!'

'ഗുഡ് നെയിം. രാധാ... കൃഷ്ണൻ!'

രണ്ടുപേരും ചിരിച്ചു.

'നമ്മുടെ ചിരിയും കളിയുമെല്ലാം എത്രനാൾ? നിങ്ങളെന്നെ വിട്ടു പോകുമല്ലോ.'

'രാധ കൃഷ്ണനെ പിരിയില്ലൊരുനാളും. അഥവാ പിരിഞ്ഞുപോകയാണെങ്കിൽ കൃഷ്ണനേയും കൊണ്ടേപോകൂ.'

അവളുടെ തീരുമാനം ഉറച്ചതായിരുന്നു.

എല്ലാ മനുഷ്യർക്കുമുള്ളതുപോലെ ഞങ്ങൾ ഭാരതീയർക്കും കുറ്റങ്ങളും കുറവുകളുമുണ്ട്. ഗോസ്വാമി പറയാനാഗ്രഹിച്ചു.

പറഞ്ഞില്ല.

'എനിക്ക് ഇന്ത്യൻ സ്ത്രീകളെപ്പോലെ സാരിയുടുക്കാനും തലയിൽ പൂചൂടാനും നെറ്റിയിൽ പൊട്ടുവെക്കാനും ആശയാകുന്നു. ഗോസ്വാമി നിങ്ങളെന്നെ സാരിയുടുക്കാൻ പഠിപ്പിക്ക്വാ?'

'ഭേഷായി... എനിക്കറിയാത്തത് അതൊന്നുമാത്രമാണ്.

രാത്രിയുടെ നിശ്ശബ്ദതയിൽ അവരുടെ ചിരി മുഴങ്ങി.

കാമുകൻ പ്രതിയോഗിയാവുന്നു

അർദ്ധരാത്രിയായിക്കാണും. അലക്സ് ഉറക്കത്തിൽ നിന്ന് ഞെട്ടിയുണർന്നു. അന്നയാൾ മയക്കുമരുന്നു കഴിച്ചിരുന്നില്ല. തന്റെ അടുത്ത കട്ടിലിൽ കിടന്നിരുന്ന സോഫിയ എവിടെ?

കട്ടിൽ ശൂന്യമായി കിടക്കുന്നു. ആ കട്ടിൽ ഉപയോഗിച്ചതായും കണ്ടില്ല. ഡോർ ചാരി വച്ചിരുന്നു. അവൾ മുറിവിട്ടു പുറത്തു പോയെന്ന സത്യം അയാളെ നടുക്കി.

രാത്രി കിടക്കുംമുമ്പ് അവളെ ലൈഗിംക ബന്ധത്തിന് പ്രേരിപ്പിച്ചുവെങ്കിലും അവൾ വെറുപ്പോടെ നിരസിച്ചു.

'അലക്സ് എനിക്കു തീരെ വയ്യ. വളരെ ക്ഷീണം തോന്നുന്നു.'

തന്റെ ഭാവമാറ്റം കണ്ടിട്ടായിരിക്കാം ഇത്രയും കൂട്ടിച്ചേർത്തു.

'ഈ പുണ്യസ്ഥലത്തു വന്നിട്ട് നമ്മൾ വേണ്ടാത്തതൊന്നും ചെയ്യരുത്. പാപം കിട്ടും.'

'വിഡ്ഢി പെണ്ണ്! എന്നിട്ട് ഈ പ്രദേശത്തുകാർ ഗർഭം ധരിക്കുകയും പ്രസവിക്കുകയും ഒന്നും ചെയ്യുന്നില്ലേ?'

അയാളതു സൂചിപ്പിച്ചപ്പോൾ അവൾ ചൊടിച്ചുകൊണ്ടുപറഞ്ഞു.

'അവർ നിയമാനുസൃതം വിവാഹം കഴിഞ്ഞിട്ടാണു അതെല്ലാം ചെയ്യുന്നത്.'

'നിങ്ങളെന്നെ വിവാഹം കഴിച്ചിട്ടില്ല. നാം മൃഗങ്ങളെപ്പോലെ ഇതുവരെ പെരുമാറി.'

ഇന്ത്യൻ ആചാരങ്ങൾ അവളെ വളരെയേറെ സ്വാധീനിച്ചതായി

അയാൾ മനസ്സിലാക്കി. ഗോസ്വാമിയോട് അവൾ പലതും അന്വേഷണ ത്വരയോടെ ചോദിച്ചിരുന്നു. അയാൾ വർണ്ണപ്പൊലിമയോടെ അവയ്ക്കെല്ലാം മറുപടി നൽകി.

ഇന്നലെ മടങ്ങേണ്ടതായിരുന്നു. അവളുടെ നിർബന്ധം കൊണ്ട് തങ്ങി. ഇന്നുപോകാമെന്നു വിചാരിച്ചു. അതിനും വഴങ്ങിയില്ല.

കാലത്തുതൊട്ടേ അവളെ ശ്രദ്ധിക്കുകയായിരുന്നു. എന്തോ ചില മാറ്റങ്ങൾ. എപ്പോഴും ആലോചനാഭാവം. ചോദിച്ചാൽ പെട്ടെന്ന് മറുപടി പറയില്ല.

ഗോസ്വാമി ധനുഷ്ക്കോടിയിലേയ്ക്കു കൂട്ടിക്കൊണ്ടുപോകാൻ വന്നപ്പോൾ അവൾ പെട്ടെന്ന് സന്തോഷവതിയായി മാറി. ആ ഗൈഡിന്റെ സാന്നിദ്ധ്യമാണ് അവളിൽ ഭാവമാറ്റം സൃഷ്ടിച്ചതെന്ന അറിവ് അയാളുടെ മനസ്സിൽ ഒരാഘാതമേൽപ്പിച്ചു.

ധനുഷ്ക്കോടിയിലേക്കുള്ള യാത്രക്കിടയിലും അവൾ ഗോസ്വാമിയോടൊപ്പം ഒട്ടി ചേർന്നാണു നടന്നത്. തന്നെ അധികം 'കെയർ' ചെയ്തില്ല. ആ അകൽച്ച അയാളെ സംബന്ധിച്ച് അവളോടുള്ള കാമാസക്തിയായി മാറി.

ഇന്നും ഇവിടെ തങ്ങാമെന്നു പറഞ്ഞപ്പോൾ എതിർക്കാതിരുന്നത് ആ ഉദ്ദേശലക്ഷ്യം വച്ചാണ്. എന്നാൽ അവൾ പിടിയിൽ നിന്നു വഴുതിക്കളഞ്ഞു.

ബലാൽക്കാരം അവളോടു വിലപ്പോവില്ല. കരാട്ടെ മുറകൾ അഭ്യസിച്ച പെണ്ണാണ്. നാലഞ്ചുപേരോട് ഒറ്റയ്ക്കുപൊരുതും.

നിർബന്ധവേഴ്ച്ചയിൽ ഒരു സുഖവുമില്ലെന്ന് അനുഭവങ്ങൾ അയാളെ പഠിപ്പിച്ചിരുന്നു. അലക്സ് ധാരാളം സ്ത്രീകളുമായി ഇടപഴകിയ ആളാണ്. അയാൾ ഉറങ്ങാൻ കിടക്കുമ്പോൾ അവൾ ഇന്ത്യയെക്കുറിച്ചുള്ള ഏതോ പുസ്തകത്തിൽ കണ്ണുംനട്ടിരുപ്പാണ്.

ഉണരുമ്പോൾ മുറയിൽ താൻ മാത്രം.

അലക്സ് പരിഭ്രാന്തനായി പുറത്തേക്കോടി. അൽപ്പനേരത്തെ

തിരച്ചിലിനൊടുവിൽ ആ തെങ്ങിൻ ചുവട്ടിൽ, മണൽപ്പരപ്പിലായി അവർ ഇരുവരും സംസാരിച്ചിരിക്കുന്നതു കണ്ടു അയാളുടെ സാന്നിദ്ധ്യം അവളിൽ ഒരു ഭാവമാറ്റവും വരുത്തിയില്ല.

ഗോസ്വാമി കുറച്ചു പരുങ്ങി.

'സോഫിയാ നീയെന്താ ഇവിടെ?'

അയാൾ ചോദിച്ചു.

'അലക്സ് നമുക്കിവിടെ വച്ച യാത്ര പറഞ്ഞു പിരിയാം.'

അവൾ തന്റെ ഉറച്ച തീരുമാനം അയാളുടെ മുമ്പാകെ വെളിപ്പെടുത്തി.

'ഞാനിനി ഒരിക്കലും നിങ്ങളോടൊപ്പം വരുന്നില്ല. എന്നെ എന്റെ പാട്ടിനു വിടൂ.'

'നിനക്ക് ഭ്രാന്താണ്.'

'രാമേശ്വരത്ത് വന്നശേഷം ഭ്രാന്തുമാറി. ഇവിടെ വരും മുമ്പ് ഞാൻ ഭ്രാന്തിന്റെ ലോകത്ത് ഭ്രാന്തന്റെ കൂടെയായിരുന്നു.'

'എന്താണു നിന്റെ ഉദ്ദേശ്യം?'

'ഒരിന്ത്യക്കാരിയായി ഇന്ത്യക്കാരനോടൊപ്പം ജീവിക്കുക എന്നതാണു എന്റെ അന്തിമതീരുമാനം'

'അതിന് ഒരുപാടു നിയമതടസ്സങ്ങളുണ്ട്.'

'അതെല്ലാം ഞങ്ങൾ തരണം ചെയ്തോളാം. ഇപ്പോഴത്തെ ഇന്ത്യൻ പ്രധാനമന്ത്രി രാജീവ്ഗാന്ധി വിവാഹം കഴിച്ചിരിക്കുന്നത് ഇറ്റലിക്കാരിയായ സോണിയഗാന്ധിയെയാണെന്നറിയാമോ?'

'ഞങ്ങളെന്നു പറഞ്ഞാൽ ആരെല്ലാമാണ്?'

'ഞാനും ഇദ്ദേഹവും.'

അവൾ ഗോസ്വാമിയെ വിരൽ ചൂണ്ടി.

പാവം ഗൈഡ് ഗോപാലസ്വാമി ഒന്നു ചൂളി.

അലക്സിന്റെ ചുട്ട നോട്ടം ഏൽക്കാൻ അയാൾ കരുത്തനായില്ല.

'ഇവൾ പറയുന്നതെല്ലാം നേരാണോ?'

അയാൾ ഗോസ്വാമിയുടെ നേർക്ക് തിരിഞ്ഞു.

'ഇതെല്ലാം അവൾ തീരുമാനിച്ചതാണ്.'

അവൾ നിങ്ങളുടെ കൂടെ വരുന്നതിൽ എനിക്കെതിർപ്പില്ല. എന്റെ കൂടെ വരുകയാണെങ്കിൽ ഉപേക്ഷിക്കാനും വയ്യ. അത്തരത്തിൽ ഒരവസ്ഥയാണു എന്റേത്. ഞാൻ പറയുകയാണെങ്കിൽ അവളെ സ്വന്തം ഇഷ്ടത്തിനു വിടുകയാണു നല്ലത്.

അലക്സ് അത്ഭുതത്തോടെ അയാളെ മിഴിച്ചു നോക്കി.

ഇന്ത്യായാത്രക്കിടയിൽ എത്രയോ ഗൈഡുകളെ കണ്ടുമുട്ടുകയുണ്ടായിട്ടുണ്ട്. അവർക്കൊന്നുമില്ലാത്ത എന്തു പ്രത്യേകതയാണു ഈ മനുഷ്യന്?

ഇംഗ്ലീഷ് കൈകാര്യം ചെയ്യാനറിയാം. അതിലേറെ സ്വന്തം രാജ്യത്തിന്റെ പൈതൃകത്തിൽ ഊറ്റം കൊള്ളുന്ന മനുഷ്യനാണെന്നുമ റിയാം. മറ്റുള്ളവർക്കില്ലാത്ത വാക്ചാതുര്യം അയാൾക്കുണ്ട്. ഭാരതീയ ദർശനവും സാഹിത്യകാരന്മാരും അവരുടെ കൃതികളും പുരാണങ്ങളും മറ്റും ഗ്രന്ഥപാരായണത്തിലൂടെ അയാൾ സ്വായത്തമാക്കിയിട്ടുണ്ട്. യാത്രകൾക്കിടയിലും ഒഴിവുസമയങ്ങളിലും ലൈബ്രറിയിൽ നിന്ന് പുസ്തകമെടുത്ത് ഗോസ്വാമി വായിക്കുമായിരുന്നു. അവൾ ഇന്നലെ വായിച്ചിരുന്ന പുസ്തകം അയാൾ കൊടുത്തതാണ്.

'കാലത്തു നീ മുറിയിലേക്കു തിരിച്ചുവരുമെന്നു ഞാൻ കരുതുന്നു. ഞാൻ നിനക്കായി കാത്തിരിക്കും. ഇപ്പോൾ നിന്റെ ഇഷ്ടം നടക്കട്ടെ. നല്ലവണ്ണം ആലോചിക്കൂ.'

അയാൾ ലോഡ്ജിലേക്കു പിന്തിരിഞ്ഞു നടന്നു. അവൾക്ക് ആ ഇന്ത്യക്കാരനുമായി ശരീരബന്ധം പുലർത്തുക മാത്രമാണു ആവശ്യമെങ്കിൽ അതു നടന്നോട്ടെ. അതുകഴിഞ്ഞാൽ അവൾ തന്റെ അടുക്കൽ തന്നെ വരും. അങ്ങനെ ചെയ്യുന്നതിൽ അയാൾക്ക് അപ്രിയം തോന്നിയില്ല.

അത്തരം സംസ്കാരമായിരുന്നുവല്ലോ അവരുടേത്. അവൾ ഒരാളുമായി വേഴ്ച പുലർത്തുമ്പോഴേക്കും അവളുടെ ശരീരത്തിൽ എന്തു നഷ്ടപ്പെടാനാണ്? ഇതെല്ലാം വെറും യൗവ്വനാഭിലാഷങ്ങൾ മാത്രം.

ഭാരതീയരുടെ സ്ത്രീ-പുരുഷ ദാമ്പത്യ സങ്കൽപ്പത്തിലടങ്ങിയിരിക്കു ന്നത് ഒരുതരം സ്വാർത്ഥതയാണെന്നാണ് അയാളുടെ അഭിപ്രായം. സ്ത്രീയെ എന്നും പുരുഷന്റെ അടിമയാക്കിവെക്കുക. അതിനു നൽകിയ ഓമനപ്പേരാണു പാതിവ്രത്യവും ചാരിത്ര്യവുമൊക്കെ. മണ്ണാങ്കട്ട!.

ഈ രാത്രി അവളെ ഗോസ്വാമിക്കുവിട്ടുകൊടുത്തേക്കാം. അയാൾ മാന്യനാണ്. പറഞ്ഞതുകേട്ടില്ലേ, 'അവൾ നിങ്ങളുടെ കൂടെ വരുന്ന തിൽ എനിക്കെതിർപ്പില്ല. എന്റെ കൂടെ വരുകയാണെങ്കിൽ ഉപേ ക്ഷിക്കാനും വയ്യ. അവളെ അവളുടെ ഇഷ്ടത്തിനു വിടുക.'

അവളുടെ ഇഷ്ടം നടന്നോട്ടെ. കാലത്തു വന്നില്ലെങ്കിൽ അപ്പോൾ എന്താ വേണ്ടതെന്നു നോക്കാം.

അലക്സ് ചിന്താധീനനായി രാത്രി ഉറക്കമില്ലാതെ കഴിച്ചുകൂട്ടി.

പോലിസ് സ്റ്റേഷനിൽ

വെളുപ്പാൻ നേരത്താണ് അലക്സ് അൽപ്പം മയങ്ങിയത്. വാതിൽക്കൽ മുട്ടുകേട്ട് ഞെട്ടിയുണർന്നു. വേഗം എണീറ്റു ചെന്നു.

സോഫിയ വാതിൽക്കൽ നിൽപ്പുണ്ടായിരുന്നു.

'നീ വന്നു അല്ലേ?'

'അതെ; വന്നു.'

'എനിക്കറിയാം നീ വരുമെന്ന്.'

'ഇല്ല. യാത്ര പറയാനാണു ഞാൻ വന്നത്.'

സോഫിയ ആ മുറിയിലുണ്ടായിരുന്ന അവളുടെ സാധനങ്ങൾ മുഴുവൻ പെറുക്കികെട്ടി.

ഗോസ്വാമി താഴെ കാത്തുനിൽപ്പുള്ളത് അയാൾ കണ്ടില്ല.

അലക്സ് അവളുടെ കയ്യിൽ കടന്നുപിടിച്ചു. അവളാ കൈകൾ തട്ടിമാറ്റി.

'സോഫിയാ വാട്ട് ഹാപ്പൻഡ് ?'

'മൈ നെയിം ഈസ് രാധ.'

അയാൾ അമ്പരപ്പോടെ ഉറ്റുനോക്കി.

'യൂ ആർ മാഡ്!'

അവൾക്ക് ഒരു കൂസലുമില്ല. ആ ജോലിക്കിടയിൽ സ്വയം പിറു പിറുത്തുകൊണ്ടിരുന്നു:

'മൈ നെയിം ഈസ് രാധ. അയാം എ ഇന്ത്യൻ വുമൺ.'

അവൾ ധൃതിയിൽ സ്യൂട്ട് കേയ്സും വസ്ത്രങ്ങളുടെ ഭാണ്ഡവുമെടുത്ത് താഴത്തിറങ്ങി.

അലക്സ് വരാന്തയിൽ വന്നെത്തിനോക്കി. ഗോസ്വാമി താഴത്തു നിൽക്കുന്നതു കണ്ടു. അയാൾ ഭ്രാന്തനെപ്പോലെ ലോഡ്ജിൽ കൗണ്ടറിൽ ഇരിക്കുന്ന മനുഷ്യനടുത്തേക്കോടി.

'നോക്കൂ എന്റെ കൂടെ പാരീസിൽ നിന്നുവന്ന യുവതി എന്നെ വേർപിരിഞ്ഞ് ഒരിന്ത്യക്കാരന്റെ കൂടെ താമസിക്കാൻ പോകുന്നു. നിങ്ങളതു തടയണം.'

'ആരാണയാൾ?

'ഗോസ്വാമി.'

'ഗൈഡ് ഗോസ്വാമിയോ?'

'യെസ്.'

'അവൾക്കു മാനസികമായി വല്ല കുഴപ്പവും സംഭവിച്ചുകാണും.'

'നോ..നോ..'

മാനേജർക്കതു നല്ല തമാശയായി തോന്നി.

അവർ സംസാരിച്ചുകൊണ്ടിരിക്കുന്നതിനിടയിൽ അവൾ കൈ തട്ടി ടാക്സി വിളിച്ചു.

'അതാ അവർ ടാക്സി വിളിക്കുന്നു. ഒന്നു തടയൂന്നേ..'

'തടയാൻ എന്നെക്കൊണ്ടാവില്ല. നിങ്ങൾ പോലിസിലേക്ക് വിളിച്ചുപറയൂ.'

അയാൾ നമ്പർ കറക്കി ഫോൺ അലക്സിന്റെ കയ്യിൽ കൊടുത്തു. അലക്സ് സ്റ്റേഷനിലുള്ളവരെ വിവരം ധരിപ്പിച്ചു.

അവിടെ നിന്ന് പറഞ്ഞതിങ്ങനെ:

'പരിഭ്രമിക്കേണ്ട. റെയിൽവേ സ്റ്റേഷനിലേക്കായിരിക്കും അവർ പോയത്. നിങ്ങൾ വേഗം ചെല്ലൂ.'

അലക്സ് റൂം കാലിയാക്കി സാധനങ്ങളുമെടുത്ത് സ്റ്റേഷനിൽ ചെന്നു.

ഇതിനിടെ റെയിൽവേ സ്റ്റേഷനിൽ വച്ച് പോലിസ് അവരെ അറസ്റ്റ് ചെയ്തു ഇൻസ്പെക്ടറുടെ മുമ്പിൽ ഹാജരാക്കിയിരുന്നു.

ഗോസ്വാമിയുടെ പരിചയസീമയിൽപ്പെട്ടവരെല്ലാം സംഭവമറിഞ്ഞ് ഒത്തുകൂടി. രാവിലെ ചിരിക്കാൻ കണ്ട ഒരു വിഷയം!

'ഏണ്ടാ കാതലിക്കറതുക്ക് ഇന്ത ഊരിലെയൊണ്ണും പൊണ്ണുങ്ക ഇല്ലാമലാപോച്ച്!'

(എടോ ഈ നാട്ടിലൊന്നും നിനക്ക് പ്രേമിക്കാൻ പെണ്ണുങ്ങ ളില്ലേ?

'ഇതുവെളിനാട്ടു കാതൽ!' ആരോ കളിയാക്കി. സോഫിയക്കൊ ന്നും മനസ്സിലായില്ല. ഇൻസ്പെക്ടർ ഗോസ്വാമിയെ പിടിച്ചൊന്നു വിരട്ടി. അവൾ സത്യാവസ്ഥ തുറന്നുപറഞ്ഞു. ഇൻസ്പെക്ടർക്ക് അവളുടെ വാക്കുകൾ ബാലിശങ്ങളായി തോന്നി. തലയ്ക്ക് പിരിവിട്ട തായിരിക്കണം. ടൂറിസ്റ്റുകളെ അപമാനിക്കരുത്.

'നിങ്ങൾ ഉടൻ നഗരം വിട്ടുപോകണം' എന്ന താക്കീതോടെ അവളെ സ്വതന്ത്രയാക്കി.

അലക്സ് ഇൻസ്പെക്ടർക്കു നന്ദി പറഞ്ഞു.

ഗോസ്വാമി അവളോടൊത്തു പുറത്തിറങ്ങാൻ ഭാവിച്ചെങ്കിലും എസ്.ഐ സമ്മതിച്ചില്ല.

'ഡേയ് നീയെങ്കടാ പോറേ? നില്ലടാ അങ്കേ..'

രാധ(സോഫിയ) കണ്ണുകൊണ്ടെന്തോ സംജ്ഞ കാണിച്ചു.' ഞാൻ പുറത്തുനിൽക്കാം.' എന്നോ മറ്റോ. ഗോസ്വാമി തലകുലുക്കി.

അവർ പോയശേഷം ഇൻസ്പെക്ടർ തിരക്കി.

'തിരുട്ടു പയലേ ഏണ്ടാ അന്തപ്പൊണ്ണ് ഉൻ മേലെ ഇവ്ളവു പാശം വച്ചിരുക്കാൾ?'

'സാർ നാനൊരു അനാഥൈ സാർ. എൻ തായ് തകപ്പൻ തങ്കച്ചി മൂവരും ണയന്റി സിക്സ്റ്റി ഫോർ പുയലിലെ ഉയിരിഴന്ത് വിട്ടാർകൾ. എൻകഥൈ കേട്ട് പിറക് അന്ത അമ്മ എൻ മീത് റൊമ്പവും പാശം വച്ചിരുക്കാൾ. അതുതാൻ ഉണ്ടൈ.'

'അമ്മാളാ?' ഇൻസ്പെക്ടർ അത്ഭുതംകൂറി.

'ആമാം സാർ. അമ്മാണ്ണ് കൂപ്പിടറതിലെ തപ്പേതുമില്ലെയെ'. അവൾക്കു തന്നോടു തോന്നുന്ന സഹതാപം പ്രേമമാണെന്നു വിശ്വ സിക്കാൻ മാത്രം വിഡ്ഢിയായിരുന്നില്ല ഗോസ്വാമി. എന്തോ ഒരിഷ്ടം. അത്രയേ അയാൾ നിനച്ചുള്ളൂ.

'ശരി ശരി നീ വേഗം ഇങ്കയിറുന്ത് നകർന്തുവിട്.'

ഇൻസ്പെക്ടർ പോകാൻ അനുവാദം കൊടുത്തു.

സ്റ്റേഷനിൽ നിന്നു പുറത്തുവരുമ്പോൾ ആൾക്കൂട്ടം ഒന്നിച്ചു ചിരിച്ചു.

'ഗോസ്വാമി ശീക്കിരം പോ സ്വാമി. ഉൻ കാതലിയേ ഉന്നൈവിട്ടു പോയിട്ടാൾ'

ഗോസ്വാമി വേഗം നടന്നു നീങ്ങി.

മഹാബലിപുരത്ത്

അവൾ ഒരു മരച്ചുവട്ടിൽ കാത്തു നിൽപ്പുണ്ടായിരുന്നു. അലക്സ് വഴി നീളെ അവളോടൊപ്പം നടന്നുകൊണ്ട്, അനുനയിപ്പിക്കാൻ ശ്രമിച്ചെങ്കിലും, അവളതൊന്നും ചെവിക്കൊണ്ടില്ല. അവളുടെ ദേഷ്യത്തിന് അയാളെ ചെരിപ്പൂരി അടിക്കണമായിരുന്നു.

'നിങ്ങളെന്നെ സ്റ്റേഷനിൽ കയറ്റിയില്ലേ? ആ സാധു മനുഷ്യൻ എന്തു പിഴച്ചു? ഇനി നിങ്ങളോടൊരു ബന്ധവും എനിക്കില്ല. എന്നോടു സംസാരിക്കാനും വരണ്ട.'

അയാൾ ഒഴിയാൻ ഭാവമില്ലെന്ന് കണ്ട്, അവൾ പെട്ടെന്ന് ഒരു

ഹോട്ടലിൽ കയറി ചായയ്ക്ക് പറഞ്ഞു. അലക്സും അവളെ പിന്തുടർന്ന് മറ്റൊരു ചായയ്ക്കു പറഞ്ഞു. അവൾ പൊടുന്നനെ എഴുന്നേറ്റ് ലാട്രീൻ അന്വേഷിച്ച്അകത്തു മറഞ്ഞു. അലക്സ്, അവൾ വെളിയിൽ വരുന്നതും കാത്ത് ഇരുപ്പായി.

റോഡിലേക്ക് വേറെ വഴിയുണ്ടായിരുന്നു. അവൾ അതിലെ പുറത്തുചാടി. മരച്ചുവട്ടിൽ ഗോസ്വാമിയുടെ വരവും കാത്ത് അക്ഷമയായി മറഞ്ഞുനിന്നു. അലക്സ് വന്നാൽ തന്നെ കാണാതിരിക്കാൻ വേണ്ടിയാണു മറഞ്ഞുനിന്നത്.

ഗോസ്വാമി അവളേയും വിളിച്ചുകൊണ്ട് അതിവേഗം റെയിൽവേ സ്റ്റേഷനിലേക്കു പോകുന്ന കുറുക്കുവഴിയിലൂടെ ഗമിച്ചു.

'വേഗം പോകാം. ഇപ്പോൾ ട്രെയിൻ ഉണ്ട്.'

കുറേ നേരമായിട്ടും അവളെ കാണാതായപ്പോൾ അലക്സ് സപ്ലെയറോട് വിവരമന്വേഷിച്ചു.

'റോഡിലേക്കിറങ്ങാൻ അതിലേയും വഴിയുണ്ട്. മാഡം അപ്പഴേ പോയിക്കാണും.'

'പറ്റിച്ചോ? അയാൾ കാശുകൊടുത്ത് റോഡിലേക്കിറങ്ങി. ഒരു ഓട്ടോ പിടിച്ച് റെയിൽവേ സ്റ്റേഷനിലേക്ക് കുതിച്ചു.'

ട്രെയിൻ പുറപ്പെട്ടുനിൽക്കുകയാണ്. അവർ രണ്ടുപേരും തീർച്ച യായും അതിൽ കേറിയിരിക്കുമെന്നറിയാം. ടിക്കറ്റു വാങ്ങാൻ സമയ മില്ല. അവർ എവിടേക്കാണ് ടിക്കറ്റ് വാങ്ങിച്ചതെന്ന് അറിയാനും വഴിയില്ല.

കംപാർട്ടുമെന്റുകൾ ഓരോന്നായി ഇളകിതുടങ്ങി. അലക്സ് വേഗം ഓടിച്ചെന്ന് ഒന്നിൽ പിടിച്ചുകയറി.

ട്രെയിൻ രാമേശ്വരം പിന്നിട്ടു.

അടുത്ത സ്റ്റേഷനിൽ വണ്ടി നിന്നപ്പോൾ അലക്സ് വേഗം സ്റ്റേഷൻ മാസ്റ്ററോട് വിവരം പറഞ്ഞു കോയമ്പത്തൂർ വരെയുള്ള ടിക്കറ്റ് വാങ്ങി. ട്രെയിൻ കോയമ്പത്തൂർ വരെ പോകും. അതിനകം സോഫിയയെ കണ്ടുപിടിക്കാമെന്നായിരുന്നു അയാൾ മോഹിച്ചത്. ഒരുപക്ഷെ ഗൈഡ് ഗോസ്വാമി ഇപ്പോഴും പോലീസ് സ്റ്റേഷനിൽ തന്നെയായിരിക്കും. തങ്ങളോടൊപ്പം പുറത്തിറങ്ങാൻ ഇൻസ്പെക്ടർ അയാളെ അനുവദിച്ചില്ലല്ലോ. ആ ശല്യം ഒഴിഞ്ഞെങ്കിൽ നന്നായി.

എന്നാൽ രാധയും ഗോസ്വാമിയും പുറത്തേക്ക് ഉറ്റുനോക്കികൊ ണ്ടാണിരുന്നത്. അലക്സ് ഓടിവരുന്നതും വണ്ടിയിൽ കയറുന്നതും അവർ ശ്രദ്ധിച്ചു. തൊട്ടടുത്ത സ്റ്റേഷനിലിറങ്ങി ടിക്കറ്റു വാങ്ങിവരു ന്നതും ശ്രദ്ധിച്ചു.

അയാൾ തങ്ങളെ പിന്തുടരാനാണു ഭാവം.

'ഇനിയെന്താണു ചെയ്യുക?'

'ധൈര്യം കൈവിടാതിരിക്കു. നമുക്ക് മധുരയിലിറങ്ങാം.'

'അതിനുമുമ്പേ കണ്ടുപിടിക്കപ്പെട്ടാലോ?'

'നമുക്ക് മറഞ്ഞിരിക്കാം.'

കുറ്റാന്വേഷണ ചിത്രത്തിൽ ഡിറ്റക്ടീവ് കള്ളനെ പിന്തുടരുന്ന മട്ടിൽ അയാൾ തങ്ങളെ പിന്തുടരുന്നു. ഒഴിയാബാധ!

ട്രെയിൻ മധുരയിലെത്തുംവരെ അവരെ കണ്ടുപിടിക്കാൻ അലക്സിനു കഴിഞ്ഞില്ല. സ്റ്റേഷനടുക്കുമ്പോൾ അവർ ഇരുവരും ഓരോ ലാട്രിനകത്തു കയറി ഒളിച്ചിരിക്കും.

അലക്സ് എല്ലാ കംപാർട്ട്മെന്റിലും പലവട്ടം തിരഞ്ഞെങ്കിലും നിരാശനായി. മധുരയിൽ വണ്ടിയടുത്തതും ഒരിക്കൽക്കൂടി തിരയാമെന്ന വിചാരിച്ചിരിക്കുമ്പോൾ അകലെ ഗേറ്റുകടന്ന സോഫിയ നീങ്ങുന്നതു കണ്ടു ഒപ്പം ഗോസ്വാമിയേയും കണ്ടപ്പോൾ അയാൾ അന്തംവിട്ടു. ഇൻസ്പെക്ടറുടെ കസ്റ്റഡിയിലായിരുന്ന അയാളെ അവൾ ഇത്രവേഗം എങ്ങനെ മോചിപ്പിച്ചു? അതും ഹോട്ടലിൽ താൻ വെയിറ്റുചെയ്യുന്ന സമയത്തിനുള്ളിൽ!

അലക്സ് അതിവേഗം ജംങ്ഷനിലെ കോണിപ്പടികൾ ചവുട്ടിക്കേറി റോഡിലെത്തുമ്പോഴേക്കും അവർ കണ്ണിൽ നിന്ന് മറഞ്ഞിരുന്നു.

എങ്ങോട്ടുപോയിക്കാണും?

നടന്നുപോയോ? അതോ ഓട്ടോയിലോ? അല്ല ബസ്സിൽക്കേറി സ്ഥലംവിട്ടോ?

മധുരമീനാക്ഷിക്ഷേത്രം ദർശിക്കണമെന്ന് തങ്ങൾ നേരത്തെ

പരിപാടിയിട്ടിരുന്നതാണ്. അലക്സ് അമ്പലത്തിനകത്തും പരിസരത്തും മുഴുവൻ ചുറ്റിനടന്നു. അവളുടെ പൊടിപോലുമില്ല. അയാൾക്കു

ഭ്രാന്തുപിടിക്കുംപോലെ തോന്നി.

പാരീസിൽ നിന്നും രണ്ടുപേരും ഒരുമിച്ചുവന്നിട്ട്... അവളില്ലാതെ ഒറ്റയ്ക്കു മടങ്ങുകയോ?

വീണ്ടു രാമേശ്വരത്തുചെന്ന് അന്വേഷിക്കണോ?

കൊടൈക്കനാൽ... പഴനി... ഊട്ടി... മഹാബലിപുരം... അവിടെല്ലാം മടക്കത്തിൽ പോകണമെന്നുദ്ദേശിച്ചതാണ്. അവൾക്കു പണത്തിനു വിഷമമൊന്നുമില്ലാത്തവളാണ്. അവളുടെ പേരിൽ വിദേശബാങ്കിൽ ആവശ്യത്തിനു കൈമാറാനുള്ള പണം നിക്ഷേപിച്ചിരുന്നു.

അലക്സ് കൊടൈക്കനാലിലേക്ക് ബസ്സുകയറി.

അവിടുന്ന് പഴനി

പിന്നെ ഊട്ടി...

മൂന്നിടത്തും അവളെ തിരഞ്ഞു.

സോഫിയയുടെ ഫോട്ടോ കയ്യിലുള്ളതു കാണിച്ച് പലരോടും

ചോദിച്ചു.

ഊട്ടിയിൽവെച്ച് രണ്ടുട്ടൂറിസ്റ്റുകൾ പറഞ്ഞു.

'ഇന്നലെ ഞങ്ങൾ മഹാബലിപുരത്തുവെച്ച് ഇവരെ കണ്ടതായി ഓർക്കുന്നു. കൂടെ ഒരിന്ത്യക്കാരനുമുണ്ട്. വേഗം ചെന്നാൽ ചിലപ്പോൾ കാണുമായിരിക്കാം.'

അലക്സ് മഹാബലിപുരത്തേക്കു കുതിച്ചു. ഊഹം തെറ്റിയില്ല. ഒരു ജനക്കൂട്ടം അവരെ സംശയാസ്പദമായ ചുറ്റുപാടിൽ തടഞ്ഞുവച്ചിരിക്കുകയാണ്. സുന്ദരിയായൊരു വിദേശവനിതയുമായി ഇന്ത്യക്കാരൻ ചുറ്റിത്തിരിയുന്നു. അവർ ഗോസ്വാമിയെ വളഞ്ഞ് ചോദ്യം ചെയ്തു. അയാൾ പറഞ്ഞതൊന്നും അവർ വിശ്വസിച്ചില്ല.

അന്നേരത്താണ് അലക്സിന്റെ വരവ്. അയാൾ തനിക്കു സഹായികളായി കുറേ വിദേശ ടൂറിസ്റ്റുകളെയും സംഘടിപ്പിച്ചു. അവരുടെ പിന്തുണയോടെ അവളെ വീണ്ടെടുക്കാനായിരുന്നു അയാളുടെ ശ്രമം.

അലക്സ് പൊതുജനങ്ങളോടു പറഞ്ഞു:

'ഇവൾ എന്നോടൊപ്പം പാരീസിൽനിന്നു വന്നവളാണ്. എന്റെ കാമുകിയുമാണ്. ഈ മനുഷ്യൻ ഇവളെ എന്തെല്ലാമോ പറഞ്ഞ് മയക്കിയെടുത്തു. ഞാൻ വിളിച്ചിട്ട് ഇവൾ വരാൻ കൂട്ടാക്കുന്നില്ല.'

സോഫിയ എതിർത്തു:

'അയാൾ പറയുന്നത് നുണയാണ്. ഞാനെന്റെ സ്വന്തം ഇഷ്ടപ്രകാരമാണ് ഗോസ്വാമിയോടൊപ്പം ഇറങ്ങിതിരിച്ചത്. ഞങ്ങളെ പോകാനനുവദിക്കണം.'

ജനക്കൂട്ടം ആരുടെ വാക്കാണു മുഖവിലക്കെടുക്കേണ്ടതെന്നറിഞ്ഞില്ല. അവളുടെ സ്വത്തു വല്ലതും അപഹരിക്കാനാണു അയാൾ കൂടെകൊണ്ടുനടക്കുന്നതെങ്കിൽ! അവളതു നിഷേധിക്കയും ചെയ്യുന്നു.

അവിടേയും രക്ഷക്ക് പോലീസ് പാഞ്ഞെത്തി. അവർ ഗോസ്വാമിയെ മാത്രം കസ്റ്റഡിയിലെടുത്ത് പോലീസ് സ്റ്റേഷനിലേക്കു യാത്രയായി.

രാധ പോലീസുകാർ ഗോസ്വാമിയെ കൊണ്ടുപോകുമ്പോൾ മുമ്പേ ചെന്നു തടഞ്ഞു.

'ഞങ്ങൾ ഭാര്യാഭർത്താക്കന്മാരാണ്. ഞങ്ങളെ ഒരുമിച്ച് കസ്റ്റഡിയിലെടുക്കണം.'

'ഏണ്ടാ ഉൻ മനൈവിയാ ഇന്ത പൊണ്ണ്?' പോലീസുകാരന് ചിരി.

'ആമാം സാർ'

'പുടിക്കറത് പുളിയങ്കൊമ്പൈ പാത്ത് പുടിക്കലൊണ്ണ് നിനച്ചുട്ടിയാ?'

‘എന്നോടെ ശേർന്ത് വാഴലാണ്ണ് അവളേ വിറുമ്പറാൾ.’

‘ഇതെന്നാ ദൈവീക കാതലാ?’ മറ്റൊരാൾ കളിയാക്കി.

‘പൈത്തിയക്കാര പയലേ തിരുമണം മുടിഞ്ചാച്ചാ?’

‘ഇല്ലൈ സാർ. നാങ്കൾ സന്ധിച്ച് മൂന്നുനാൾ മട്ടും താൻ ആച്ച്.’

‘അടേയപ്പാ! അതുക്കുള്ളേ ഇന്ത പൊണ്ണുക്ക് ഉൻമേലെ ഇവ്ളവ് ആശയാ?’

‘നാൻ ശൊല്ലറത് ഉണ്മൈ’

‘ഇന്ത മൂഞ്ചിയെ വച്ചുക്കിട്ട് നീയന്ത പൊണ്ണെ കാതലിച്ചിയേ. നാങ്കൾ ഉന്നൈവിട അഴകായിരുക്കോം. ഒരുത്തിക്കൂട എത്തിപാക്കറതില്ലയേ!’

ജനക്കൂട്ടം ഒന്നിച്ചു ചിരിച്ചു. തമിഴറിയാത്ത സോഫിയക്ക് ഒന്നും മനസ്സിലായില്ല. അവർ തങ്ങളെ കളിയാക്കുകയാണെന്നുമാത്രം അറിഞ്ഞു. ഹൃദയത്തിന്റെ ഭാഷ വശമില്ലാത്തവർക്ക് അങ്ങനെയേ തോന്നൂ.

‘അവൾ കഴുത്തിലെ നീ താലി കെട്ടിയിരുക്കിയാടാ?’

‘ഇല്ലൈ.’

‘താലി കെട്ടാമെ ഒരു പൊണ്ണെ അതും വെളിനാട്ടുപൊണ്ണെക്കൂട ചുത്തറത് റൊമ്പവും തപ്പ്. നട നട സ്റ്റേഷനുക്ക്.’

പോലീസുകാർ അവളെ ഉപദേശിച്ചു:

‘നീ പോയി ഉൻ ഊര് ചേരമ്മാ. ഇതുപാറ്, നിക്കറാനേ ഉൻ ബോയ്ഫ്രണ്ട് അവനേയേ കെട്ടിക്കോ. പാർത്താൽ ഇവനവിടെ അഴകായിരുക്കേൻ.’

ഗോസ്വാമിയുടെ അഭിമാനത്തിന് ക്ഷതമേറ്റു. എന്തെല്ലാം നിന്ദാവാക്കുകൾ.

‘അന്ത പൊണ്ണുക്കിട്ടെ തമിഴിലെ പേശി പ്രയോജനമില്ലൈ’

‘ഇവൻ പിന്നെപ്പടി കാതലിച്ചാൻ?’

‘കാതലിക്കറതുക്ക് മൊഴി വേണ്ടാമാം. മിഴിയിരുന്താപോതുമാം. അറിഞ്ജർകൾ ശൊന്നതെ മറന്തുട്ടിയാ?’

പോലീസ് ഗോസ്വാമിയെ പിടിച്ചുകൊണ്ടുപോയി.

അലക്സും വിദേശ ടൂറിസ്റ്റുകളും അവളെ വളഞ്ഞു. പരിഭ്രാന്തയായ അവൾ അസഭ്യവർഷം ചൊരിഞ്ഞു അവരെയെല്ലാം തള്ളിമാറ്റി ആൾക്കൂട്ടം ഭേദിച്ചു പുറത്തുകടന്നു.

വിദേശികൾ അവളുടെ നേർക്ക് ബലം പ്രയോഗിക്കണോ ചോദിച്ചു.

'അരുത്. അവൾ എല്ലാവരോടും ചെറുത്തുനിൽക്കും. കരാട്ടെ അഭ്യസിച്ചവളാണ്.'

അലക്സ് അവരെ ആ ഉദ്യമത്തിൽ നിന്ന് തടഞ്ഞു.

അതുകേട്ട് അവരൊക്കെയൊന്നു പകച്ചുനിന്നു.

രാധ പോലീസ് സ്റ്റേഷനിലേക്ക് കുതിച്ചു.

സബ് ഇൻസ്പെക്ടർ അവൾ പറയുന്നതൊന്നും വിശ്വസിക്കാൻ തയ്യാറുണ്ടായിരുന്നില്ല. ഗോസ്വാമിയെ കാണാൻപോലും അനുവദിച്ചില്ല. അയാളെ പിറ്റേദിവസം ചെങ്കല്പേട്ട കോടതിയിൽ ഹാജരാക്കുമെന്നറിഞ്ഞു അവൾ വക്കീലിനെ ഏർപ്പാടു ചെയ്യാൻ പോയി.

കോടതിയിൽ ഹാജരാക്കിയ ഗോസ്വാമിയോട് ജഡ്ജി അനുകമ്പാപൂർവ്വം പെരുമാറി. കേസ് തികച്ചും പുതുമയുള്ളതായി അദ്ദേഹത്തിന് തോന്നി. ഗോസ്വാമി സത്യാവസ്ഥ മുഴുവൻ തുറന്നുപറഞ്ഞു.

ജഡ്ജി സ്വന്തം പോക്കറ്റിൽ നിന്ന് അമ്പതുരൂപ വണ്ടിക്കൂലി കൊടുത്ത് അയാളോട് പൊയ്ക്കോളാൻ പറഞ്ഞു.

രാധ വക്കീലുമായി എത്തുമ്പോഴേക്കും ഗോസ്വാമി അവിടം വിട്ടിരുന്നു.

അവൾ ദുഃഖിതയായി രാമേശ്വരത്തേക്ക് മടങ്ങി.

ഗോസ്വാമി എന്നെങ്കിലും തന്റെ പഴയ താവളത്തിലേക്ക് തിരിച്ചുവരുമെന്ന പ്രത്യാശയാണു അവളെ നയിച്ചത്.

അലക്സ് പിന്നെ അവളെ ഉപദ്രവിച്ചില്ല.

അയാൾക്കു സഹികെട്ടുകാണും.

കൃഷ്ണനെ തേടുന്ന രാധ

ഗോസ്വാമി കാശി, ബദരീനാഥ്, ഗയ തുടങ്ങീ പല പുണ്യസ്ഥലങ്ങളും സന്ദർശിച്ച് രാമേശ്വരത്തേക്ക് തിരിച്ചു. സോഫിയ അലക്സിന്റെ കൂടെ പാരീസിലേക്ക് പോയിരിക്കാമെന്ന് അയാൾ വിശ്വസിച്ചു. ചുരുങ്ങിയ കാലത്തെ സമ്പർക്കം കൊണ്ട് അയാൾക്കുണ്ടായ നേട്ടം മനസ്സിലെ ചില മുറിപ്പാടുകൾ മാത്രമാണ്. അത് അവളല്ല ഏൽപ്പിച്ചത്. ആ ബന്ധത്തിന്റെ പേരിൽ അയാൾ മറ്റുള്ളവരിൽ നിന്ന് അതെല്ലാം സഹിക്കേണ്ടിവന്നു.

താനൊരു നിർഭാഗ്യ ജാതകനാണ്. അതിൽ കൂടുതലൊന്നും അർഹിക്കുന്നില്ല. ചളിക്കുണ്ടിലെ തവള മാളിക വീട്ടിലെ രാജകുമാരിയെ ആശിക്കാമോ? സമൂഹം ആ ബന്ധത്തെ അംഗീകരിക്കുന്നില്ല. കേട്ടവരെല്ലാം വാ പൊത്തി ചിരിക്കുന്നു. എന്തിനേറെ തനിയ്ക്കുതന്നെ പൂർണ്ണ വിശ്വാസം കൈ വന്നിട്ടില്ല. കാമുകനുമായുള്ള എന്തോ സൗന്ദര്യപ്പിണക്കത്തിന്റെ പേരിൽ തന്റെ കൂടെ ചുറ്റി തിരിഞ്ഞതാവാം. അലക്സാവട്ടെ അവളെ വിടാതെ പിന്തുടരുകയും ചെയ്യുന്നു.

പൊതുജനങ്ങളിൽ നിന്ന് എന്തെല്ലാം അവഹേളനവും നിന്ദാവാക്കുകളും ഏൽക്കേണ്ടിവന്നു. പോലീസുകാരന്റെ കളിയാക്കൽ വേറെ.

-ഞാനൊരു ഏകാന്ത പഥികൻ. വായിച്ചു കഴിഞ്ഞ പുസ്തകത്തിലെ അദ്ധ്യായം പോലെ കഴിഞ്ഞതെല്ലാം മറക്കാൻ ശ്രമിക്കട്ടെ. തീർത്ഥയാത്രയ്ക്ക് പോയത് അതിനുവേണ്ടിയാണ്. കുറേയൊക്കെ വിജയിച്ചു. എന്നാലും ഇടയ്ക്കവളെ ഓർമ്മ വരും.

ഗോസ്വാമി മധുര റെയിൽവേ സ്റ്റേഷനിൽ രാത്രി കഴിച്ചുകൂട്ടി. കാലത്ത് രാമേശ്വരം വണ്ടി വന്നു നിന്നതും തന്റെ പഴയ തൊഴിൽ

ആരംഭിച്ചു. പക്ഷിശാസ്ത്രിക്ക് ആളെ പിടിച്ചുകൊടുക്കൽ.

തീർത്ഥയാത്രികർ നിറയെയുള്ള ഒരു കംപാർട്ടുമെന്റിൽ കേറി.

പൊള്ളാച്ചിയിൽ നിന്നു വരുന്ന ഒരുസംഘം ആളുകൾ അതിലുണ്ട്. കൂട്ടത്തിൽ ഒരു കുട്ടി നിറുത്താതെ കരഞ്ഞിരുന്നു.

ഗോസ്വാമി മെല്ലെ അവരോടു ലോഹ്യം കൂടി. ആ കുട്ടിയെ

കയ്യിലെടുത്തു. അവന്റെ അമ്മ ഇതുതന്നെ തക്കമെന്ന മട്ടിൽ എണീറ്റ് ലാട്രീനിലേക്ക് പോകുകയും ചെയ്തു. കുട്ടി മടിയിൽ മൂത്ര മൊഴിച്ചിട്ടും അയാൾ അപ്രിയംഭാവിച്ചില്ല. അവന്റെ ഒഴുകുന്ന മൂക്കീര തുടച്ച് വൃത്തിയാക്കിക്കൊടുത്തു. ഇത്രയും കണ്ടപ്പോൾ കുട്ടിയുടെ വേണ്ടപ്പെട്ടവർക്കു സന്തോഷമായി.

'നീയാരപ്പാ എങ്കേ പോറെ?' എന്നിങ്ങോട്ടു ചോദിച്ചു.

ഗോസ്വാമി തന്നെ അവർക്കു പരിചയപ്പെടുത്തി.

'സാർ ഉങ്ക അപ്പാ ഇരുക്കാരാ?'

'ഇരുക്കാറ്'

'അമ്മ ഇരുക്കാരാ?'

'ഇരുക്കാളെ ഇവർതാൻ അമ്മ.'

പല്ലില്ലാത്ത മോണകാട്ടി ഒരുത്തി ചിരിച്ചു.

'രാമേശ്വരം പോനാ ബലിപോട്ട് തിലോദകം പണ്ണണംണ്ണ് ശൊല്ലുവാർകൾ. അതാൻ കേട്ടേൻ.'

'അടപാവി . ഉയിരോടെ ഇരുപ്പോർക്ക് തിലോദകമാ?'

'ഉങ്ക വിഷയത്തിലെ ഇല്ലെ സാർ. ഉങ്കപ്പാവുടെ അപ്പാവുക്ക് തിലോദകം പണ്ണവേണ്ടാമാ? നമുക്കിട്ടെ ഒരാളിരുക്ക്. പക്ഷിശാസ്ത്രി...'

'പക്ഷിശാസ്ത്രമാ? രണ്ടുക്കും എന്ന സംബന്ധം?'

'ശാസ്ത്രീ ണ്ണാ ശൊല്ലികൊടുക്കറ ആള്.'

'ഓ അപ്പടിയാ! അതൊണ്ണും തേവൈ ഇല്ലൈ.'

ദരിദ്രവാസി. ഇയ്യാളോട് അടുപ്പം കൂടി പ്രയോജനമില്ല. ഗോസ്വാമി മൂക്കീരയൊലിക്കുന്ന കുട്ടിയെ നീട്ടി പറഞ്ഞു:

'ഇന്താപുള്ളെ. ഉൻ തമ്പിയെ നീയേ വച്ചുക്കോ.'

അവർ ഒന്നടങ്കം ചിരിച്ചു.

രാമേശ്വരത്തുപോയാൽ ശാസ്ത്രിമാരുടെ ആദ്യത്തെ ചോദ്യം ഇങ്ങനെയാണ്.

‘അപ്പാ ഇരുക്കാറാ?’

‘ഇല്ലെ.’

‘പോട്ടും റൊമ്പം ഭാഗ്യശാലി. അമ്മാ ഇരുക്കാളാ?’

‘ഇല്ലെ.’

‘അതൈവിട ഭാഗ്യശാലി. രണ്ടുപേർക്കും ശേർന്ത് ഓരോ തിലോദകം

പണ്ണവേണ്ടിയതു താൻ.’

ഗോസ്വാമി പൊള്ളച്ചിക്കാരെ വിട്ടകന്നു. ചിലപ്പോൾ ഇങ്ങനെ അമളി പിണയാറുണ്ട്. പ്രായമായ സ്ത്രീകളുടെ കൈ പിടിച്ചു കൂട്ടിക്കൊണ്ടുപോവുക.

അവരുടെ പെട്ടികിടക്കകൾ ചുമക്കുക.

കുട്ടികളെ എടുക്കുക അതൊക്കെ ചെയ്യേണ്ടിവരും.

അടുത്ത കംപാർട്ടുമെന്റിൽ വച്ച് ഗോസ്വാമി മുത്തുരാമനെ കണ്ടുമുട്ടി. മുത്തുരാമനും തന്റെ തൊഴിൽ നോക്കുന്ന ആളാണ്. കണ്ട ഉടനെ അയാൾ പറഞ്ഞു:

‘ഗോസ്വാമി നീ തിരുമ്പിവന്തുട്ടിയാ? അന്ത വെളിനാട്ടുപൊണ്ണ്

ദിനമും ഉന്നൈ തേടിക്കിട്ട് അലയറാൾ.’

‘എങ്കേ?’

‘രാമേശ്വരത്തിലെ.’

‘ഉണ്മയാ?’

‘പൊയ്യാ ശൊല്ലുവേൻ. നേത്തയ്ക്ക് കൂടി നാൻ പാത്തേൻ.’

ഗോസ്വാമിയ്ക്ക് വളരെ സങ്കടം തോന്നി. രാധ പോയിട്ടില്ല. ഇപ്പോഴും തന്റെ വരവും കാത്ത് രാമേശ്വരത്തു കഴിയുകയാണ്.

അവൾ പറഞ്ഞ വാക്കുകൾ:

രാധ കൃഷ്ണന്റെ കൂടെ.

കൃഷ്ണനെ പിരിഞ്ഞു രാധ പോകില്ലൊരിക്കലും.

അഥവാ അങ്ങനെ വേണ്ടി വന്നാലോ?

കൃഷ്ണനേയും കൊണ്ടേ രാധ പോകൂ.

‘നീ എന്ന മന്തിരത്താലെ അവളെ വശീകരണം പണ്ണീട്ടിയാടാ.

അവൾ ഉൻമേലെ ഉയിരയേ വച്ചിരുക്കാ.’

‘നേക്ക് മന്തിരമും മായമും തെരിയാത്.’

'റൊമ്പം അതിർഷ്ടശാലിതാണ്ടാ നീ. എന്നെ ഒരു പൊണ്ണും എട്ടി കൂട പാക്കറതില്ലെ.' മുത്തുരാമൻ സങ്കടപ്പെട്ടു.

രാധ കാത്തിരിക്കുന്ന എന്നറിഞ്ഞതുമുതൽ അയാൾക്ക് അവളുടെ സവിധത്തിലേക്കെത്താൻ തിടുക്കമായി. വണ്ടി പതിവിലും കൂടുതൽ ഇഴയുകയാണെന്നു തോന്നി. തീർത്ഥയാത്രക്കാരെ വലവീശിപിടിക്കണമെന്ന വിചാരം അതോടെയുപേക്ഷിച്ചു.

'അവൾ കൂട വന്തവൻ എങ്കേ?' അലക്സിനെയാണുദ്ദേശിച്ചത്.

'അവനെ കാണോം. അവൾ ഉന്നെ മട്ടും താൻ വിരുമ്പറാളാം.'

ഗോസ്വാമി ആശ്വാസപൂർവ്വം നെടുവീർപ്പിട്ടു. അലക്സ് നാടുവിട്ടിരിക്കുന്നു.

ട്രെയിൻ രാമേശ്വരത്തു നിൽക്കേണ്ട താമസം അയാൾ എല്ലാവർക്കും മുമ്പേ ഇറങ്ങി അതിശീഘ്രം നടന്നു.

മംഗല്യസൂത്രം

രാധ രണ്ടിവസം കൂടുമ്പോഴൊരിക്കൽ ഗോസ്വാമി താമസിച്ചിരുന്ന ആ കുരയ്ക്കുള്ളിൽ പോയി ചിതൽ തട്ടിക്കുടഞ്ഞു അടിച്ചുവാരി വൃത്തിയാക്കി വരും. അതൊരു പുറമ്പോക്കു സ്ഥലമാണ്. അപ്പുറത്ത് വേറെയും സ്ഥലമുണ്ടായിരുന്നു. ഗോസ്വാമി എപ്പോഴായാലും വരാതിരിക്കില്ല എന്ന് അവളുടെ അന്ത:കരണം മന്ത്രിച്ചുകൊണ്ടിരുന്നു.

നിത്യസമ്പർക്കം കൊണ്ട് അത്യാവശ്യം തമിഴ് പദങ്ങളുടെ അർത്ഥം ഗ്രഹിക്കാൻ അവൾ പഠിച്ചു. അയൽക്കാരികളായ സ്ത്രീകളുടെ സഹായത്തോടെ സാരിയുടുക്കാനും തലയിൽ പൂ ചൂടാനും വശമാക്കി. അതൊരു വല്ലാത്ത പരിവർത്തനമായിരുന്നു. സാരിയുടുത്ത് പൊട്ടുവച്ച അവളെ കണ്ടാൽ ഏതോ ഉന്നത കുടുംബത്തിലെ അംഗമാണെന്നേ പറയൂ.

ദിവസവും അമ്പലത്തിൽ ചെന്നാൽ, അവൾ, ഗോസ്വാമി മടങ്ങിയെത്താനായി പ്രാർത്ഥിക്കും. ഓലപ്പുരയിൽ നിന്ന് കുറച്ചകലെയുള്ള ലോഡ്ജിലാണ് അവൾ താമസിച്ചിരുന്നത്. ആ വിദേശ വനിതയുടെ ഇന്ത്യൻ വേഷം സകലരുടേയും ശ്രദ്ധയാകർഷിച്ചു.

അന്നും ഗോസ്വാമിയുടെ കുരയിൽ പോയി അടിച്ചുതുടച്ച് വൃത്തിയാക്കി വരുമ്പോൾ അവൾ കണ്ടു, ഗന്ധമാദന പർവ്വതത്തിലേയ്ക്ക് പോകുന്ന വഴിയിലൂടെ താടിയും മുടിയും വളർത്തി ഗോസ്വാമി നടന്നടുക്കുന്നത്. വികാരഭരിതമായിരുന്നു അവർ തമ്മിലുള്ള കൂടിക്കാഴ്ചരംഗം. ഗോസ്വാമിക്ക് അവളെ പെട്ടെന്നു മനസ്സിലായില്ല. അവൾ ഓടിപ്പോയി അയാളെ കെട്ടിപ്പിടിച്ചു. ഒരു പൂമാല ചാർത്തുമ്പോലെ

രണ്ടുകൈകളും അയാളുടെ കഴുത്തിൽ ചുറ്റി. കുറ്റിരോമങ്ങൾ വളർന്നു നിൽക്കുന്ന താടിയിൽ ചുണ്ടുകളമർത്തി വിതുമ്പി.

ഗോസ്വാമി ലജ്ജിച്ചു പോയി. അവളുടെ പരസ്യമായ പ്രേമ പ്രകടനം, വല്ലവരും കണ്ടോ, എന്നായിരുന്നു അയാൾക്കു പരിഭ്രമം.

'എവിടെയായിരുന്നു ഇത്രയുംനാളും? ഞാൻ നിങ്ങൾക്കു വേണ്ടി വഴിയിൽ, മിഴിയും നട്ട്, കാത്തിരിപ്പ് തുടങ്ങീട്ട് നാളെത്രയായി?'

'രാധാ നീയെന്നെ ഉപേക്ഷിച്ച് അലക്സിനോടൊപ്പം പാരീസിൽ പോയിക്കാണുമെന്ന് ഞാൻ വിചാരിച്ചു. എന്റെ വേദനകൾ മറക്കാൻ വേണ്ടി ഞാൻ പല പുണ്യ സ്ഥലങ്ങളിലും അലഞ്ഞു നടന്നു.'

'നിങ്ങളെന്നെ മനസ്സിലാക്കാഞ്ഞിട്ടാണ്. ഞാൻ ഇനി നിങ്ങളെ വിട്ട് പോവില്ലൊരുനാളും. നിങ്ങൾ തിരിച്ചുവരാൻ വേണ്ടി ഞാനമ്പലത്തിൽ പോയി നിത്യവും പ്രാർത്ഥിക്കുമായിരുന്നു. ഞാൻ പ്രാർത്ഥിച്ചതുകൊണ്ടാണ് നിങ്ങൾ മടങ്ങിവന്നത്. അല്ലേ പറയൂ?'

'അതെ.'

അവളുടെ കണ്ണിൽ കൃതാർത്ഥത. തന്റെ പ്രാർത്ഥന ദൈവം ചെവിക്കൊണ്ടിരിക്കുന്നു.

'രാധാ എല്ലാവരും നമ്മളെ ഉറ്റുനോക്കുന്നു. നമുക്ക് നമ്മുടെ കുരയിൽച്ചെന്ന് സംസാരിക്കാം.'

അവർ ചാളയിലേക്കു നടന്നു.

'ഇവിടെയൊക്കെ ആരാണ് അടിച്ചുവാരി വൃത്തിയാക്കിയത്?'

'ഞാൻ.'

'നീയൊരു ഇന്ത്യൻ വനിതയായി മാറിയിരിക്കുന്നു. സാരിയുടുക്കാൻ പഠിപ്പിച്ചത് ആരാണ്?'

'അങ്ങേതിലെ ലക്ഷ്മി അക്കൻ.'

'ശുദ്ധ അസത്താണല്ലോ അവൾ.'

'എന്നോടു പത്തു രൂപാ കടം ചോദിച്ചു.'

'കൊടുത്തില്ലെങ്കിൽ അവൾ നമ്മളെ കുറ്റം പറഞ്ഞുനടക്കും.'

അവർ ഭാവി കാര്യങ്ങളെപ്പറ്റി ചർച്ച ചെയ്തു.

'ഇനിയൊട്ടും വൈകരുത്. നിങ്ങളുടൻ പോയി ഒരു താലി വാങ്ങി വരണം നിങ്ങളുടെ കൈകൊണ്ട് അതെന്റെ കഴുത്തിൽ കെട്ടണം. കെട്ടുതാലി വീണാൽ അതെനിക്കൊരു നല്ല രക്ഷയാകും. അല്ലെങ്കിൽ ആളുകൾ അതുമിതും പറയില്ലേ?'

ഗോസ്വാമി അവളുടെ നിർദ്ദേശപ്പടി സ്വർണ്ണക്കടയിൽ ചെന്ന് താലി വാങ്ങിവന്നു. മഞ്ഞച്ചരടിൽ അതു കോർത്തു. രാധ ഇന്ത്യൻ വനിതയെപ്പോലെ തല നിറയെ പൂചൂടി. പുതിയ സാരി ചുറ്റി.. ലക്ഷ്മിയക്കൻ അവളെ സഹായിച്ചു. അവർ മൂവരും അടുത്തുള്ളൊരു ദുർഗ്ഗാ ക്ഷേത്രത്തിനു മുമ്പിൽച്ചെന്ന് കർപ്പൂരം കൊളുത്തി. പൂജാരിയ്ക്ക് ദക്ഷിണ കൊടുത്ത് വിവാഹിതരായി. ഇന്ത്യക്കാരനായ ഗോപാല സ്വാമി പാരീസ്കാരിയായ സോഫിയയുടെ കഴുത്തിൽ താലികെട്ടി.

കൊട്ടും ബഹളവുമില്ല. ബന്ധുക്കളില്ല. നാദസ്വരമില്ല. കല്യാണം നടന്നു. അവൾ ഭാരതസ്ത്രീകളെപ്പോലെ ഗോസ്വാമിയുടെ പാദങ്ങൾ തൊട്ടു വന്ദിച്ചു. അയാൾ, അവളുടെ നെറ്റിയിൽ സിന്ദൂരതിലകം അണിയിച്ചു. ഇരുവരും അമ്പലത്തിനു മൂന്നു പ്രദക്ഷിണം വച്ചു.

മടങ്ങി വരുമ്പോൾ കൈനിറയെ ബിസ്ക്കറ്റും ചോക്ക്ലേറ്റും കരുതിയിരുന്നു. വഴിയിൽ കാണുന്ന കുട്ടികൾക്കു മുഴുവൻ അതു വിതരണം ചെയ്തു. മുതിർന്നവർക്കും കിട്ടി.

'ഇന്റെറ് ഏങ്കൾ തിരുമണനാൾ. ഏങ്കളെ നല്ല പടിയാ വാഴ്ത്തുങ്കൾ!'

'എന്നമോ നല്ലാ ഇര്.'

അസൂയ കലർന്ന ആശീർവ്വാദം.

പ്രഥമരാത്രി

അവൾ ലോഡ്ജിലെ മുറിയിൽ നിന്ന് അവളുടെ സാധനങ്ങൾ എടുത്തുകൊണ്ടുവന്നിരുന്നു. ഗോസ്വാമിയ്ക്ക് അന്ന് പിടിപ്പതു പണിയായി.

കടയിൽ നിന്ന് അലുമിനിയ പാത്രങ്ങളും പ്ലാസ്റ്റിക് കുടവും വാങ്ങി. മാർക്കറ്റിൽച്ചെന്ന് പലചരക്കുസാധനങ്ങളും കായ്കറികളും വാങ്ങി. ആ കുരയിൽ ഒരടുപ്പുണ്ട്. വളരെക്കാലമാകും അതിൽ തീ പുകഞ്ഞിട്ട്. അവർ അന്നവിടെ ആഹാരം പാകം ചെയ്യാനുള്ള പുറപ്പാടാണ്. രാധയ്ക്ക് പാചകം ചെയ്യാനറിയില്ല.

എന്നാൽ ഗോസ്വാമിയ്ക്ക് കുറേശ്ശേ അറിയാം. തന്നെയും അതെല്ലാം

പഠിപ്പിക്കണം എന്നവൾ വാശിപിടിച്ചു.

ഗോസ്വാമി കടയിൽ പോയി സാധനങ്ങൾ കൊണ്ടുരുന്നതും രാധ കുടത്തിൽ പൈപ്പുവെള്ളം പിടിച്ചുകൊണ്ടുരുന്നതും അയൽക്കാർ കൗതുകത്തോടെ വീക്ഷിച്ചു.

'എന്നടി അന്ത പൊണ്ണുക്ക് പൈത്തിയമാ പുടിച്ചുപോച്ച്!'

'അവനോടാ അതിർഷ്ടം! അല്ലാമെ എന്ന ശൊല്ലറത്.'

പെണ്ണുങ്ങൾ അതിശയം കൂറി.

കാരണവത്തികൾ പറഞ്ഞു:

'അവൻ ഏതാച്ചു മായമോ മന്തിരമോ ചെയ്തിരിപ്പാൻ. ഇല്ലാമെ ഇന്ത പൊണ്ണ് അന്ത ആണഴകനെ വിട്ട് ഇവൻ കൂട ചുത്തറതാ!'

കണ്ടാൽ പൈങ്കിളി പോലത്തൊരു പെണ്ണ്. എല്ലാ സൗഭാഗ്യങ്ങളുമുപേക്ഷിച്ച് വിരൂപനായ ഒരു ഇന്ത്യക്കാരന്റെ കൂടെ

ഇന്ത്യക്കാരിയെപ്പോലെ വേഷംകെട്ടി, കുടിലിലെ ജീവിതം സ്വീകരിച്ചതിന്റെ പിന്നിലുള്ള പൊരുൾ എന്തെന്ന് അവർക്കെത്ര ആലോചിച്ചിട്ടും പിടികിട്ടിയില്ല. അവരുടെ ആണുങ്ങൾ പറഞ്ഞത് ഇങ്ങനെയാണ്. ഗോസ്വാമി കൂട്ടികൊടുപ്പുകാരൻ എന്ന നിലയിൽ അവളെ ചൂഷണം ചെയ്ത് മുതലെടുക്കാനുള്ള ശ്രമമാണത്രേ. പല പുതിയ ആളുകളേയും സ്വന്തം ഭാര്യയുള്ളിടത്ത് കൂട്ടിക്കൊണ്ടുന്ന് കാശുണ്ടാക്കും.

ആ അഭിപ്രായം എല്ലാവരും ശരിവച്ചു. ഒരുകൂട്ടം സാമൂഹ്യവിരുദ്ധർ താമസിക്കുന്ന ചുറ്റുപാടായിരുന്നു അത്. താൻ ഇന്ത്യക്കാരെക്കുറിച്ച് പറഞ്ഞുപിടിപ്പിച്ച സങ്കൽപ്പത്തിന് അവിടെ ഇടിവുതട്ടുമെന്ന് ഗോസ്വാമി ഭയന്നു.

ആ കൂരയിൽ നിന്ന് ധാരാളം ചിരിയും സംസാരവും ഉയർന്നുകേട്ടു.

അയലത്തുകാർ ആവശ്യമില്ലാതെ ആ വഴിയ്ക്ക് ചുറ്റി സഞ്ചരിച്ചു.

'നീയങ്കേ എട്ടി പാത്തിയേ. അവാൾ എന്ന ശെയ്യറാൾ' ഒരുത്തി പിന്നൊരുത്തിയോട് തിരക്കുകയാണ്.

'അവൾ അമ്മിക്കല്ലുകിട്ടെ കുത്തിയിരുക്കാൾ.'

അവൻ തേങ്കാ കല്ലിലെ പോട്ട് അരയ്ക്കറത് എപ്പടീ ണ്ണ് കാമിച്ചു കൊടുക്കറേൻ.'

ഗോസ്വാമി പുതുമണവാട്ടിക്ക് അമ്മിക്കല്ലിൽ ചമ്മന്തിയരക്കുന്ന വിധം കാണിച്ചുകൊടുത്ത രംഗം വിവരിക്കുകയാണ് സ്ത്രീകൾ.

'അതർക്ക് ഇവ്ളവെല്ലാം ശിരിക്കറതുക്ക് എന്നായിരുക്ക്?'

'സിനിമാവിലെ കാട്ടറമാതിരിയെല്ലാം അവാൾ കാട്ടറാൾ'

ഒരു വയസ്സിതള്ള: അവുങ്കളുക്ക് ശിറുവയസ്സ്. വിളയാട്ടു വിടലെ. നീയെതുക്ക് പൊറാമൈ പടറെ?'

കൂട്ടാനു കഷണം നുറുക്കുമ്പോൾ രാധയുടെ കൈവിരൽ മുറിഞ്ഞു.

ഗോസ്വാമി ആ മുറിവിൽ തുണി ചുറ്റി കൊടുത്തു. അവൾക്ക് ആ നീറ്റൽ പോലും മാധുര്യമുള്ളതായി അനുഭവപ്പെട്ടു. കൂട്ടാന് ഉപ്പുപോരാ. എന്നിട്ടും എന്തു രുചിയാണിതിന്! അതിനു മുമ്പൊരിക്കലും ഊണിന് അത്ര ആസ്വാദ്യത അനുഭവപ്പെട്ടിരുന്നില്ല.

രാധ പാത്രങ്ങളെല്ലാം കഴുകിവച്ചു. കിടക്കാനുള്ള സമയമടുത്തു. ഗോസ്വാമിക്ക് വല്ലാത്ത ഹൃദയമടിപ്പ്. കുറച്ചുനേരം പുറത്തിറങ്ങി കാറ്റുകൊണ്ടിരുന്നു. ആകെ ഒരു മുറി മാത്രമുള്ള ഓലപ്പുര. ശരിയ്ക്കു നിവർന്നാൽ തന്നെ തലമുട്ടും. യാതൊരു അടച്ചുറപ്പുമില്ല. അവിടെയാണ്

അവളോടൊത്ത് അന്തിയുറങ്ങേണ്ടത്. ചുറ്റുപാട് വളരെ മോശം.

'പായ വിരിച്ചു കിടക്കാം വരൂ.'

അവൾ ക്ഷണിച്ചു.

അയാൾ അകത്തുകടന്നു. രണ്ടുപേർക്കും അടുപ്പിച്ചടുപ്പിച്ച് പായ വിരിച്ചിരിക്കുന്നു. ഓരോ തലയണയും വസ്ത്രവും വിരിച്ചിട്ടുണ്ട്.

'രാധേ എന്താണിത്?'

'ഇന്നു നമ്മുടെ പ്രഥമരാത്രിയല്ലേ? താലി കെട്ടിയ ആൾക്ക് ഞാനെന്നെ മുഴുവൻ സമർപ്പിക്കണം.'

'നിന്റെ ശരീരത്തിൽ ഞാൻ ആശവെക്കരുതെന്ന് പറഞ്ഞത് മറന്നുപോയോ?'

'അന്നങ്ങനെ പറഞ്ഞുപോയി. പക്ഷേ ഇപ്പോൾ തോന്നുന്നു നിങ്ങളിൽ നിന്ന് ഒരിന്ത്യൻ ശിശുവിനെ ഗർഭം ധരിച്ച് പ്രസവിക്കണമെന്ന്.'

'നിന്റെ ആ മോഹം ഒരിയ്ക്കലും നടക്കില്ല രാധേ....'

'എന്തേ?'

'എനിയ്ക്കു മക്കളുണ്ടാവില്ല.'

'കാരണം?'

വർഷങ്ങൾക്കുമുമ്പ് തനിയ്ക്കു പറ്റിയ ഒരു മണ്ടത്തരം അയാൾ തുറന്നു പറഞ്ഞു. സർക്കാർ കുടുംബാസൂത്രണ പരിപാടിക്ക് തുടക്കം കുറിച്ച കാലഘട്ടമായിരുന്നു അപ്പോൾ. പുരുഷന്മാരെ ഏജന്റുമാർ മുഖാന്തിരം വാസക്ട്മി ഓപ്പറേഷനു വിധേയമാക്കാൻ പ്രേരിപ്പിക്കും. ഏജന്റിന് കമ്മീഷൻ കിട്ടും. ഓപ്പറേഷനു വിധേയമാകുന്ന വ്യക്തിക്ക് നല്ല പ്രതിഫലവും പാരിതോഷികങ്ങളും വേറെ. ഗോസ്വാമി ഏജന്റിന്റെ വലയിൽ വീണുപോയി. ഇങ്ങനെ വരുമെന്ന് വിചാരിച്ചില്ല. ഒരു സ്ത്രീ. അതും താലി കെട്ടിയ ഭാര്യയുടെ മുന്നിൽ അയാൾക്ക് അതു സമ്മതിക്കേണ്ടി വന്നു.

രാധ മൂകയായി ഏതാനും നിമിഷം നിലകൊണ്ടു. അയാളുടെ സത്യസന്ധതയിൽ അവൾക്ക് മതിപ്പുതോന്നി. താൻ സ്വീകരിച്ച മാർഗ്ഗമാണ് ഇത്. ഇതിൽ ആരേയും പഴിചാരിയിട്ട് കാര്യമില്ല.

ഗോസ്വാമി ഒരു വടിയും കൊടുവാളുമെടുത്ത് പുറത്തുപോകാൻ ഭാവിച്ചു.

'എങ്ങോട്ടുപോകുന്നു?'

'ഞാൻ പുറത്തു കിടക്കാം. നിനക്കു കാവൽ.'

'ശ്ശോ. അതു പാടില്ല. അവിടെ ഭയങ്കര തണുപ്പാണ്. ഇവിടെ കിടന്നാൽ മതി. ഞാൻ നിങ്ങളെ ഒന്നും ചെയ്യില്ല.'

അയാൾ പായ അൽപ്പാൽപ്പം അകറ്റിയിട്ടു.

'എന്നെ പേടിയാണോ?'

'നിന്നെ പേടിയില്ല. എനിക്കെന്നെ പേടിയുണ്ട്.'

'എന്തിന് ?'

'ഞാൻ വളരെ നിയന്ത്രണം പാലിക്കണമല്ലോ.'

ഇതുവരെ ഗോസ്വാമിക്ക് അങ്ങനെയൊരു പരീക്ഷണഘട്ടം അഭിമുഖീകരിക്കേണ്ടി വന്നിട്ടില്ല.

വിളക്കുകെടുത്തി രണ്ടുപേരും സംയമനം പാലിച്ചുകൊണ്ടുകിടന്നു.

ഉറക്കത്തിലെന്നതുപോലെ അവളുടെ കൈ അയാളുടെ മേൽ ചെന്നുപതിച്ചു. ഗോസ്വാമി ഒരു പൂമാലയെന്നവണ്ണം ആ കൈ എടുത്തുമാറ്റി.

ഇവൾ ഒരു മാലാഖയാണ്. ഞാനിവൾക്ക് അനുയോജ്യനല്ല. വെറും കാവലാൾ മാത്രം. ഭാരതസ്ത്രീകൾ തൻ ഭാവശുദ്ധിയോടാണ് അവൾക്കടുപ്പം.

അവളുറങ്ങിക്കാണും. അയാളുറങ്ങിയില്ല. ഇരുളിൽ തുറിച്ചുനോക്കി കിടന്നു.

മിന്നാമിനുങ്ങുകൾ നുറുങ്ങുവെട്ടവുമായി കൂരിരുട്ടിൽ എന്തോ തിരയുന്നു. വെളിച്ചം കണ്ണുചിമ്മി ഉറക്കുന്നു.

ആ സമയത്തായിരുന്നു ഓലക്കീറുകൾക്കിടയിലൂടെ ഒരു ടോർച്ചിന്റെ പ്രകാശം അവളുടെ മുഖത്തുവന്നു പതിച്ചത്.

ഗോസ്വാമി ചാടിയെണീറ്റു. കൊടുവാളുമായി ഓലപ്പടിമാറ്റി പുറത്തുവന്നു.

'നായ്ക്കളാ കിട്ടെ നെരുങ്കിനാ ഒതച്ചുപോട്ടുവേൻ.'

ഓടിയകലുന്ന കാലടിയൊച്ചകൾ. നിഴലുകൾ അകലുന്നു. ഗോസ്വാമിയുടെ കയ്യിൽ വിളക്കില്ല. പുരയ്ക്കുചുറ്റും മൂന്നു പ്രദക്ഷിണം വന്നു. ആരുമില്ല.

ഇവിടന്നു വേഗം സ്ഥലം വിടണം. ഇല്ലെങ്കിൽ ആപത്താണ്.

ഭാരതത്തെക്കുറിച്ച് താനവളുടെ മനസ്സിൽ കെട്ടിപ്പടുത്ത സൗധം മുഴുവൻ ഒറ്റരാത്രിക്കൊണ്ട് ഈ കശ്മലന്മാർ ഇല്ലാതാക്കും.

ഗോസ്വാമി വടിയും കൊട്ടുവാളുമായി കാവലാളെപ്പോലെ പുരയ്ക്കു മുന്നിൽ കാവൽ നിന്നു.

കുറച്ചുസമയം കൂടി കഴിഞ്ഞു. അതാ കുറച്ചകലെ പൊന്തപടർപ്പി നരികത്തുനിന്ന് ആരോ വിളിക്കുന്നു.

'ഗോസ്വാമി ഇങ്കേ വാ.'

അവളുറക്കത്തിലാണ്. ഇവിടെ വച്ചു സംസാരിച്ചാൽ അവളുണരും.

'ഉം എന്ന?' ഗോസ്വാമി വിളി കേട്ടിടത്തേക്ക് നടന്നു. ലക്ഷ്മിയക്ക ന്റെ ഭർത്താവ് മാണിക്കനാണ്.

'ഇന്താ ഇതു വച്ചുക്കോ.' മാണിക്കൻ ഒരു കടലാസ്സുചുരുൾ നീട്ടി.

'ഇന്ത പണം എതുക്ക് ?'

'നാങ്കൾ മൂൻറുപേർ ഇരുക്കോം. അമ്പതുരൂപായിരുക്ക് . എങ്കളു ക്കും ഒരു ചാൻസ് കൊടുടാ...'

'ച്ഛീ അവളെ എന്നാണ്ണ് നിനച്ചേ ?'

'അട നീയൊരു മക്ക്. വെളിനാട്ടു പൊമ്പളെയെല്ലാം എപ്പടീണ്ണ് നാങ്കളും തെരിയവേണ്ടാമാ?'

'അവൾ എൻ മനൈവി, '

'നാങ്കൾ അവളോടെ പടുത്തുട്ടാ എന്നാ അവൾ ഉടമ്പിലെ ഏതാവത് കുറഞ്ചാ പോകുത്!'

'നായേ മറുപടിയും ഇപ്പടി പേശിനാ ഉൻ നാവൈ കണ്ടിത്തുവി ടുവേൻ.'

'ഓ നീയെന്ന എം. ജി. ആറാ.. പെരിയ കാതൽ മന്നനെ മാതിരി പേശറായേ.'

പൊടുന്നനെ ഗോസ്വാമിയുടെ കയ്യിലൊരു അടി വീണു. വടിയും കൊട്ടുവാളും തെറിച്ചു. രണ്ടുപേർ അയാളെ ബലമായി ചുറ്റിപ്പിടിച്ചു.

മൂന്നുപേർ ചാളയുള്ളിടത്തേക്ക് ഓടിയടുത്തു.

അവളുണർന്നിരിക്കുന്നു.

ഗോസ്വാമി നിസ്സഹായാവസ്ഥയിൽ ആ ഉരുക്കു മുഷ്ടികളിൽ കിടന്നു പിടഞ്ഞു.

അവർ ബലമുള്ള കയറുപയോഗിച്ച് അയാളുടെ കൈകൾ വരി ഞ്ഞുകെട്ടി.

ഗോസ്വാമി ഉറക്കെ വിളിച്ചുകൂവി:

'രാധാ ശീക്കിരം ഓടി ഉയിർ തപ്പിത്തുവിട്.'

എന്നാൽ അവൾ ഓടാൻ പോയില്ല. മങ്ങിയ നിലാവെളിച്ചത്തിൽ തികച്ചും അവിശ്വസനീയമായ ഒരു കാഴ്ച അയാൾ കണ്ടു

സാരിത്തല ഇടുപ്പിൽ വലിച്ചുകുത്തി രാധ ശരിക്കും ഒരങ്കത്തിനു തയ്യാറായി വടക്കൻ പാട്ടിലെ വീരാംഗനയെപ്പോലെ നിലകൊണ്ടു

അടുക്കുന്ന ഓരോ മുരടന്മാർക്കും മുഖമടച്ച് ഓരോ ഇടി പാസ്സാക്കി.

വയറ്റിലേക്ക് ഓരോ തൊഴിയും. മൂക്കുപൊട്ടി ചോര വാർന്ന് അവർ മലർന്നടിച്ചുവീണു.

ഗോസ്വാമി വിസ്മയഭരിതനായി.

മാണിക്കൻ പേടിച്ച് പിന്മാറി. എണീറ്റവർ പിന്നെ അവിടെ നിന്നില്ല.

രാധ ഓടിയരികത്തുവന്ന് കയ്യിലെ കെട്ടഴിച്ചു.

'ഈ ചുറ്റുപാട് വളരെ മോശമാണ്.'

രാധേ നമുക്ക് നാളെത്തന്നെ ഇവിടെ വിട്ടുപോകണം.

അവർ അകത്തുചെന്ന് വിളക്കുകൊളുത്തി വച്ചു. ആ രാത്രി പിന്നെ രണ്ടുപേരും ഉറങ്ങിയതേയില്ല.

'രാധേ, ത്രേതായുഗത്തിലെ രാവണൻ എത്രയോ നല്ലവനാണ്. അപരന്റെ ഭാര്യയെ അവളുടെ ഇഷ്ടത്തിനു വിപരീതമായി ബലാൽ സംഗത്തിനുമുതിർന്നില്ല. കലിയുഗത്തിലെ രാവണന്മാർ അത്രപോലും മര്യാദ പാലിക്കുന്നില്ല.'

ശരിയാണ്. രാവണന് രാവണന്റേതായ നന്മകളുണ്ടായിരുന്നു. അല്ലെങ്കിൽ രാവണനെ കൊന്ന പാപം കളയാൻ വേണ്ടി ശ്രീരാമൻ രാമേശ്വരത്ത് ശിവനെ പ്രതിഷ്ഠിക്കയില്ലല്ലോ.

പിറ്റേ ദിവസം നേരം പുലരും മുമ്പുതന്നെ രണ്ടുപേരും രാമേശ്വരത്തോട് വിട പറഞ്ഞു.

വൈഗാ നദിക്കരയിൽ

വൈഗാനദിതീരത്ത് ഗോസ്വാമിയുടെ അമ്മയുടെ ചാർച്ചയിൽപ്പെട്ട ഒരു സ്ത്രീയുണ്ടായിരുന്നു. മുറുക്കമാമിയെന്നാണു നാട്ടുകാർ പേരിട്ടിരിക്കുന്നത്. മുറുക്കുചുറ്റി വിൽക്കുകയാണു അവരുടെ തൊഴിൽ.

മധുരയിൽ നിന്ന് എഴുപത് കിലോമീറ്റർ അകലെയാണു ആ സ്ഥലം. ഗോസ്വാമി രാധയേയും കൂട്ടി നേരെ മുറുക്കമാമിയുടെ അരികിൽ ചെന്നു. തന്റെ വിഷമാവസ്ഥകൾ തുറന്നു പറഞ്ഞു. മുറുക്കമാമിയ്ക്ക് അവരെ സ്വീകരിക്കയല്ലാതെ മറ്റു ഗത്യന്തരമില്ലാതെ വന്നു. വീടിന്റെ ഒരു ഭാഗം അവർക്കു താമസിക്കാൻ ഒഴിഞ്ഞുകൊടുത്തു.

ആ കിളികൾ അവിടെ കൂടുകൂട്ടി. ഗോസ്വാമി മാമിയുടെ എരുമകളെകഴുകുക, മേയ്ക്കുക തുടങ്ങിയ പണികളിൽ അവരെ സഹായിച്ചു. ഇടയ്ക്ക് മുറുക്കു വിൽക്കാനും പോകും.

മധുര സമൃദ്ധിയുടെ നാട്. വേഗത്തിൽ ഒഴുകുന്ന നദിയാണ്

വൈഗാ നദി. കാർഷികാഭിവൃദ്ധി നേടിയ നാട്. എവിടെ തിരിഞ്ഞൊന്നു നോക്കിയാലും അവിടെയെല്ലാം കരിമ്പുതോട്ടങ്ങളും നെൽവയലുകളും. പരുത്തി കൃഷിയും തെങ്ങിൻതോപ്പുമെല്ലാമുണ്ട്.

രാധയ്ക്ക് ആ പരിസരം കൂടുതൽ ഇഷ്ടപ്പെട്ടു.

കണ്ണകിയുടേയും കോവലന്റെയും കഥ ഗോസ്വാമി അവൾക്കു പറഞ്ഞുകൊടുത്തു. മധുരാനഗരി ഒരിക്കൽ ഒരു പതിവ്രതാരത്നത്തിന്റെ കോപാഗ്നിക്കിരയായ നഗരമാണ്. കണ്ണകി സ്ത്രീകളുടെ അഭിമാനഭാജനം.! സീത പതിപ്രേമചരിതയും ഭൂമിയോളം ക്ഷമാശീലം

ആർജ്ജിച്ചവളുമാണെങ്കിൽ, കണ്ണകി പ്രതികാര ദുർഗ്ഗ കൂടിയായി രുന്നു.

രാധ കുഞ്ഞുങ്ങളെ ചൊല്ലിയുള്ള ദുഃഖം മറക്കാൻ ഒരു വഴി കണ്ടു. കൊച്ചു കുട്ടികൾക്കെല്ലാം പ്രാഥമിക വിദ്യഭ്യാസം നൽകുകയെന്ന ദൗത്യം അവൾ ഏറ്റെടുത്തു. ആ പിഞ്ചോമനകൾ അവളെ 'ടീച്ചറമ്മാ' യെന്നു വിളിച്ചു. ആ 'അമ്മാ' വിളിയിൽ അവൾ തന്റെ വേദനകൾ മറന്നു. ഒരു കുട്ടിയല്ല നിരവധി കുട്ടികൾക്കാണ് അവൾ അമ്മയായത്.

രാധയുടെ അടുത്തു വരുന്ന കുട്ടികളിലെല്ലാം ശുചിത്വബോധവും അച്ചടക്കവും നല്ല പെരുമാറ്റവും പ്രകടമായി. ദേശാഭിമാനം തുളുമ്പുന്ന ഭാരതീയരുടെ കവിത അവരെ ചൊല്ലി കേൾപ്പിക്കുന്നതിൽ അവൾ എന്തോ ഒരു ആത്മസായൂജ്യം കണ്ടെത്തി.

'ഓടി വിളയാട്ടു പാപ്പാ
നീഓയ്ന്തിരുക്ക കൂടാത് പാപ്പാ
കൂടി വിളയാട്ടു പാപ്പാ
ഒരു കുഴന്തയൈ വയ്യാതെ പാപ്പാ.'

എത്ര പെട്ടെന്നാണ് ഗ്രാമവാസികൾക്ക് അവൾ പ്രിയങ്കരിയായി ത്തീർന്നത്. അമ്മമാർ, പ്രത്യേകിച്ചും അവളെ ഇഷ്ടപ്പെട്ടു. അവളുടെ സേവനം അവർക്ക് വലിയൊരു അനുഗ്രഹമായി തോന്നി. തങ്ങളെ ക്കൊണ്ടാവുന്ന പാരിതോഷികങ്ങൾ നൽകി, അവളെ സന്തോഷി പ്പിച്ചു.

വൈകുന്നേരമാവുമ്പോൾ കുട്ടികളെല്ലാവരും പോകും.

ഗോസ്വാമിയും അവളും തനിച്ചാകും. അയാൾ പലകഥകളും പറഞ്ഞ് അവളെ സന്തോഷിപ്പിക്കുമായിരുന്നു.

അങ്ങനെ ദിവസങ്ങൾ നീങ്ങി.

അപ്പോഴാണ് ഉത്തരവാദപ്പെട്ട അധികാരികളിൽ നിന്ന് അവൾ ക്കൊരു കത്തു കിട്ടുന്നത്. കാലാവധി കഴിഞ്ഞിട്ടും പോകാതെ ഇന്ത്യയിൽ തങ്ങുന്നതിന് ഭാരതസർക്കാർ വിശദീകരണം ചോദി ച്ചിരിക്കയാണ്.

അതിശക്തമായ ഒരാഘാതമേറ്റതുപോലെ അവളാകെ തളർന്നു. ഈ പുണ്യഭൂമിയിൽ നിന്ന് പോവുകയോ?

ഇന്ത്യൻ പൗരത്വം അവൾക്കു ലഭിക്കുകയില്ലത്രേ. എത്ര പറഞ്ഞാലും അവൾ വിദേശത്തു നിന്നുവന്നവളല്ലേ?

ഈശ്വരാ! ഞാനീ ഭാരതമണ്ണിനെ സ്നേഹിക്കുന്നു. ഇവിടത്തെ ആചാരങ്ങളേയും മനുഷ്യരേയും എനിക്കിഷ്ടമാണ്. ഈ മണ്ണിൽ

ഒരു പുൽക്കൊടിയായിട്ടെങ്കിലും കഴിഞ്ഞാൽ മതിയെനിക്ക്. എന്നെ ചവുട്ടി പുറത്താക്കല്ലേ!

അവൾ കുറേനേരം ഇരുന്നു കരഞ്ഞു. ഗോസ്വാമിയ്ക്ക് എന്താ ചെയ്യേണ്ടതെന്ന് നിശ്ചയമില്ലാതായി. കുട്ടികളിൽ ദേശീയബോധം വളർത്തുന്ന, കവിത ചൊല്ലി കേൾപ്പിക്കുന്ന ടീച്ചർക്ക്, ഇവിടെ സ്ഥിരമായി പാർക്കാൻ അനുവാദമില്ല. അതു നിയമമാണ്.

നിയമത്തിന്റെ കാരുണ്യത്തിനു വേണ്ടി യാചിച്ചുകൊണ്ട് അവർ ഭാരത സർക്കാരിലേയ്ക്ക് അപേക്ഷ സമർപ്പിച്ചു.

ഞാൻ ഇന്ത്യൻ പൗരത്വം സ്വീകരിച്ച് ഒരിന്ത്യക്കാരിയായി ജീവിക്കാൻ ആഗ്രഹിക്കുന്നു. ഒരു ഇന്ത്യക്കാരനെയാണ് ഞാൻ വിവാഹം കഴിച്ചിരിക്കുന്നത്. ഇവിടുത്തെ മണ്ണും മനുഷ്യരും എന്നെ അത്രയേറെ സ്വാധീനിച്ചിരിക്കുന്നു. എന്റെ അപേക്ഷ ഭാരത സർക്കാർ ചെവിക്കൊള്ളണം.

അപേക്ഷ സ്വീകരിക്കുമോ നിരാകരിക്കുമോ

രാധയും ഗോസ്വാമിയും കാത്തിരിക്കുകയാണ് ഭാരത സർക്കാരിൽ നിന്ന് മറുപടി വരുന്നതും കാത്ത്...

●